ऋजुता दिवेकर या अशा आहारतज्ज्ञ आहत की ज्यांना जगभरातून सर्वांत जास्त 'फॉलो' केलं जातं. सामान्यज्ञानावर भर द्यावा आणि आहारप्रक्रिया गुंतागुंतीची नसावी असं त्यांचं ठाम मत आहे. आहारशास्त्रातील नवनवीन संशोधने आणि आपल्या समाजातील प्रचलित असलेलं अन्नाबद्दलचं पारंपरिक ज्ञान याचा सुरेख मेळ घालून त्यांनी सुदृढ आरोग्यासाठी सर्वंकष पद्धती मांडली आहे. फूड इंडस्ट्रीनं प्रचलित केलेले अनेक प्रवाह आणि 'फॅडस्'पासून त्या आपल्याला लांब राहायला सांगतात.

त्यांच्या पुस्तकांनी विक्रीचे अनेक 'माईलस्टोन्स' ओलांडले आहेत आणि आहार आणि व्यायाम याबाबतीतील त्यांचे विचार देशभरात मार्गदर्शक ठरत आहेत.

ऋजुता दिवेकर

नोट्स फॉर

हेल्दी किड्स

अनुवाद
प्रा. रेखा दिवेकर

ekadā

ekadā

First published in English as *Notes for Healthy Kids* in 2019 by Westland Publications Private Limited

First published in Marathi as *Notes for Healthy Kids* in 2020 by Ameya Prakashan

Published in 2025 by Ekadā, an imprint of Westland Books, a division of Nasadiya Technologies Private Limited

No. 269/2B, First Floor, 'Irai Arul', Vimalraj Street, Nethaji Nagar, Alapakkam Main Road, Maduravoyal, Chennai 600095

Westland, the Westland logo, Ekadā and the Ekadā logo are the trademarks of Nasadiya Technologies Private Limited, or its affiliates.

ISBN: 9789371979061

10 9 8 7 6 5 4 3 2 1

Typeset by Smita Typesetters
Printed at Manipal Technologies Limited, Manipal

अनुक्रमणिका

•

मनोगत

माझ्या स्वप्नातल्या जगात प्रत्येक मूल आपल्या आवडीनुसार खात-पीत असते इतकेच नाही तर त्याच्या मनाप्रमाणे त्याला खेळायला आणि शिकायला सुद्धा मिळते. हे स्वप्न पूर्ण होण्यासाठी प्रत्येक मुलाला चांगलं खाण्या-पिण्याची सुविधा मिळणे गरजेचे आहे. असं अन्न की, ज्यामुळे निष्पाप कोवळ्या मुलांचं संरक्षण आणि संवर्धन होईल. म्हणून या पुस्तकाचा प्रपंच.

पालकांना सुबुद्धी देण्याचा हा माझा प्रयत्न आहे, पण माझ्या प्रकाशकांनी मला अतिस्पष्टवक्तेपणा टाळण्याचे सुचविले. म्हणून आता मी म्हणतेय की, हे पुस्तक म्हणजे आजी-पणजीचा पिढीजात सर्वांसाठी सूज्ञपणा जागृत ठेवण्याचा प्रयत्न आहे. सहज आणि सोपे खाणे-जगणे. धमाल, मस्ती, गप्पा-गोष्टी, सुट्टी-पापड इत्यादी.

जग अगदी जवळ आले आहे आणि प्रत्येकाच्या स्मार्ट फोनवर 4G आहे. या काळात सामान्यज्ञान जसं काही डब्यात बंदिस्त केले आहे. चुकून कोणी वापरायचा प्रयत्न केला, तर काहीतरी क्रांतिकारक केल्यासारखे भासवले जाते. दुसऱ्या बाजूला उठता-बसता सॅनिटाईझरचा वापर करणं भूषणावह मानले जातेय. प्लॅस्टिकच्या डब्यांमधून, ताटल्यांमधून खाणे-भरवणे हा मूर्खपणा मानला जात नाही. कारटूनची चित्रे असलेली प्लॅस्टिकची भांडी घरोघरी दिसतात. मात्र आजीने विचारपूर्वक जेवणासाठी निवड केलेले चांदीचे कालबाह्य ताट, आज मूर्खपणा मानला जात आहे.

'प्रत्येक गोष्ट, वर्तनबदल सुद्धा पॅक केला तर विकला जाईल.' माझा बर्कले शिक्षित जोडीदार म्हणाला, मी क्वचितच कोणाच्या बोलण्याला चटकन अनुमोदन देते आणि नवऱ्याच्या बोलण्याला तर फारच कमी वेळा. या उच्च-शिक्षण देणाऱ्या संस्थांमधल्या व्यक्ती मला फारशा आवडत नाहीत, कंटाळवाण्या वाटतात. पण या वेळेस मात्र त्याच्या बोलण्यात तथ्य होते.

अनेक वर्षे मी माझ्या क्लाएन्टस्, मित्र-मैत्रिणी आणि कुटुंबियांना, त्यांच्या मुलांना खाण्यासाठी छळताना बघतेय आणि बदल्यात त्यांनाही छळ सोसावा लागतो. एकेकाळी जो आनंदाचा, प्रेमाचा उत्स्फूर्त आविष्कार असे, ते आता एक अवघड काम झालंय.

मुलांचा खाण्याजेवण्यावरून छळवाद मांडताना बघतेय आणि त्याचा स्वत:लाही त्रास करून घेताना बघतेय.

की दोन्हीही ....उत्तर शोधणे कठीण आहे.

एकीकडे मुले जेवण संपविण्याचे 'आयपॅड'वर अधिकाधिक वेळ घालवण्याच्या अटींवर मान्य करू लागली आणि दुसरीकडे पालक दोन पोळ्या संपवण्याबद्दल त्यांना वेफर्स आणि कुरकुरे पाकिटे बक्षीस देऊ लागले.

'लाच' हो मला 'लाच' म्हणायचंय.

आपला एक समज, खरं तर शुद्ध गैरसमजच.

हा बदल कधी आणि कसा झाला ते लक्षातही आले नाही. अपघात घडावा तसे झाले आहे, कसा होतो ते कळत नाही पण होणारे नुकसान मात्र प्रत्येकाला दिसू शकते. तसेच आपल्याला कळलेच नाही की, परदेशातून कधी चित्रविचित्र नावे असलेले दूरवरून आलेले बेचव अन्नपदार्थ पोषक म्हणून गणले जाऊ लागले. या अन्नपदार्थांनी साध्या, स्थानिक आणि रुचकर पदार्थांचे (उदा. तूप-भात, केळे इ.) जवळपास उच्चाटन केले. याचा परिणाम म्हणजे रोजची जेवणाची नाटकं! नुकसान तर झालेच पण बळी कोण? पालक का मुले? याचे उत्तर देणे कठीण आहे. खरं तर पालक आणि मुले ही बळी पडली. मुले आई-वडिलांकडून 'आय पॅड' वर घालविण्यासाठी जास्तीचा वेळ जेवण संपविण्याच्या बदल्यात मागू लागली, तर पालक मुलांनी दोन पोळ्या खाण्याचे बक्षीस म्हणून वेफर्सचे पाकीट देऊ लागले. या दोन्ही व्यवहारातील लाच निदान मला तरी पूर्ण अयोग्य वाटते.

अशा वेळी बोलावे की गप्प बसावे हे देखील कळत नाही. काहीही केले तरी तुम्हाला फटकेच बसणार! लग्नाच्या लाडवासारखे, लग्न केले काय नाही केले काय, दोन्हीकडून नुकसान! मग पुस्तक का नको? तुम्ही प्रत्यक्ष भरविताना ते वाचणार नाही. शांतपणे वाचाल. तुम्ही अनेकदा असं बोलता, म्हणता दूध पी बाळा तू उंच होशील, डाळ/आमटी/उसळ खा, त्यात भरपूर प्रथिनं (proteins) आहेत, भाजी संपव पाहू. हिरव्या पालेभाज्या खायला हव्यात. तुम्ही एकटे नाही असं म्हणणारे. आज 'फूड आणि वेट लॉस इन्डस्ट्री'चे ट्रिलीयन डॉलर मार्केट आहे. ही इन्डस्ट्री पद्धतशीरपणे असे विचार जनतेच्या मनात पेरते. ही इन्डस्ट्री फोफावण्याचे कारण म्हणजे आपला एक तयार झालेला समज-शिक्षित म्हणजे घरातील आजीचे न ऐकणे आणि प्रत्येक गोष्टीच्या माहितीसाठी 'गुगल' पाहाणे.

म्हणजे काय होते पाहा, ज्यांना तुमच्या आरोग्याविषयी काहीही देणं-घेणं नाहीए, अशा लोकांचा उपदेश आपण शिरसावंद्य मानतो. तुमची आई तुम्हाला सांगते, 'अग खाऊ दे त्याला/तिला तूप-साखर-पोळी, तर तुमच्या मुलाने काय खावं-प्यावं हे तुम्हाला अधिक समजतं असे तुम्हाला वाटते. तुमची गुगल राणी तुम्हाला शिकवते की, तुमच्या मुलांनी जगभरातले अन्नपदार्थ चाखायला हवेत. हे अन्नपदार्थ शक्यतो खूप प्रोटीन्स, कमी कार्ब्ज आणि चांगले फॅट्स असलेले हवेत. अरेरे! मग मुलांना खाणे नकोसे होते. मुलांना अन्न हवे असते, पोषकद्रव्ये नाहीत. येतंय लक्षात? रुची वाढविणारे पदार्थ द्या, प्रोटीन्स, फॅट्स, कार्ब्ज, ठराविक प्रमाणात नको. याचे कारण, तुमची मुले मोठी होतील तेव्हा आताचा 'फॉर्म्युला' चुकीचा ठरवून नवीन काहीतरी 'फॅड' आले असेल जे कदाचित अति गुंतागुंतीचे असेल. तुमच्या मुलांना मग तेच हवे असेल आणि तुम्ही काहीतरी वेगळे सांगत असाल. तुम्हाला वाटत राहील. अरे, आपण कुठे चुकलो? मुलांच्या लठ्ठपणासाठी, आजारांसाठी, ॲलर्जीसाठी स्वतःला दोषी ठरवाल आणि हेल्दी फूड देऊनही हे सर्व कसं झालं याचं तुम्हाला नवल वाटत राहील.

थोडक्यात काय, शांत मनाने रहा. 'अन्नप्राशन' हे आपोआप उमगतं. प्रत्येक मुलाला जगण्याची तीव्र इच्छा असते आणि म्हणून नैसर्गिकपणे त्याला खाण्याची इच्छा होते. मी थोडं पुढे जाऊन म्हणेन की, मुलांना काय खावे, काय खाऊ नये हे आपोआप कळते. प्रश्न एवढाच की, तुम्ही मुलांना हे स्वातंत्र्य द्याल कां?

मजेत वाचा आणि खाण्या-पिण्याविषयी संकोच नको.

ऋजुता दिवेकर
मुंबई
डिसेंबर २०१८

भाग १

स्थूलमानाने घेतलेला आढावा

कोणी वाट बघायला लावलेली मला अजिबात आवडत नाही, पण ही CME (continuing medical education) ची मीटिंग होती आणि बरेचदा ती वेळेवर चालू होत नाही. व्याख्यान न देता निघून जावं की थांबावं हा विचार करायला मला अवधीच मिळाला नाही. कारण व्यासपीठावरील व्याख्यात्याच्या भाषणाने मी मंत्रमुग्ध झाले होते. पालकत्वाकडे संधी म्हणून कसे बघावे हे ते सांगत होते. पालकांना चार प्रकारे या संधी मिळतात– आरोग्य, शिक्षण, चुका करणे आणि आधुनिक तंत्रज्ञान आणि याच प्राधान्यक्रमाने त्यांच्याकडे पाहावे.

मुलाच्या आरोग्याचे वर्णन कसे करावे याबद्दल मी संभ्रमात असते. वजन-उंची हे आरोग्याचे द्योतक मानता येत नाही. तसेच अभ्यासात गती असणं, खेळातील सहभाग यावरून सुद्धा मुलाच्या आरोग्याविषयी तर्क करणे योग्य वाटत नाही; परंतु पालकत्वाकडे संधी म्हणून बघणे यात मला ते उत्तर सापडले. ज्या मुलाला चांगलं अन्न मिळते, प्रेम लाभते, शाळेत जायला मिळते त्याचप्रमाणे चुका करण्याची मोकळीक असते आणि पालकांच्या देखरेखीखाली तंत्रज्ञान वापरावयास मिळते, त्या मुलाला 'आरोग्यपूर्ण' म्हणायला हवे. मूल कशा वातावरणात लहानाचे मोठे होते याबद्दल EU(European Union), I family project ने बराच अभ्यास केला आहे. हा अभ्यास मुख्यत्वेकरून मूल मोठे झाल्यावर स्थूल होण्याची आणि नॉन कम्युनिकेबल डीसीजेस (संसर्गजन्य सोडून इतर आजार जे जीवनशैलीशी निगडित असतात) होण्याच्या शक्यतेवर बेतलेला आहे. यावर कशी मात करता येईल याचा अभ्यासही केला गेला आहे. (पुढे सविस्तर वाचाल.)

बालवयातील स्थूलत्व हा जगभर चिंतेचा विषय झाला आहे. याकडे आपण पुरेशा गांभीर्याने पाहायला हवे, नाहीतर आपले तसेच पुढील पिढ्यांचे भविष्य कठीण होईल. 'वजनवाढ' इतकीच समस्या नाही, तर त्या अनुषंगाने येणारे इतर आजार मधुमेह, हृदयरोग, कर्करोग आणि अकाली मृत्यू या गंभीर समस्या आहेत. यामुळे जीवनाची प्रतही खालावते. मात्र या सर्व गोष्टी टाळता येऊ शकतात.

त्यासाठी आपण मुलांकडे समाजाचे भविष्य म्हणून जबाबदारीने पाहायला हवे. फक्त पालकांना त्यांच्या मुलांच्या आरोग्यासाठी जबाबदार धरता येणार नाही. सर्व मतभेद विसरून सरकार, समाज, धोरणकर्ते यांनी एकजूट करायला हवी आणि पुढच्या पिढीच्या आरोग्याची काळजी घ्यायली हवी.

तुमच्या मुलाच्या आरोग्याची जबाबदारी फक्त तुमची नाही

आपली मुले स्थूल नसली किंवा आरोग्यपूर्ण असली तरच नवल वाटायला हवे. आपल्याकडची वनसंपदा कमी होत चालली आहे, प्रदूषण वाढत आहे, मोठ-मोठ्या अन्नपदार्थ विक्री करणाऱ्या कंपन्यांनी आपल्या मुलांना लक्ष्य बनविले आहे. नवनव्या स्पर्धा, खेळणी, जाहिरातींना मुले भुलतात आणि तरी आपल्याला वाटते की आपले किंवा आपल्या मुलांचे कुठेतरी चुकत आहे. पण तसं अजिबात नाहीए. अजिबात अपराधी वाटून घेऊ नका.

अनेक वर्षे आपण मुलांचा लठ्ठपणा हा त्यांचा वैयक्तिक प्रश्न आहे या दृष्टीने पाहिले. मुलं आळशी आहेत, अति खातात, इच्छाशक्तीचा अभाव अशी कारणमीमांसा केली. असे ऐकले की मुलांना जास्तच अपराधाचा गंड येतो. तुमचे मूल जर लठ्ठ असेल किंवा आरोग्यपूर्ण नसेल तर त्याच्या आसपासच्या वातावरणाचा तो परिपाक असतो. उपनिषदांमध्ये सांगितल्याप्रमाणे 'जे पिंडी ते ब्रह्मांडी' किंवा 'जे ब्रह्मांडी ते पिंडी' हे अगदी खरं आहे, एखाद्या व्यक्तीत तुम्ही जे पाहाता तो त्याच्या भोवतालचा आरसा असतो. आपण आपल्या मुलांना स्थूलत्वाकडे नेणाऱ्या वातावरणात (obesogenic environment) वाढवतो. तुम्ही शाळेत चालत जात होतात, आता मुलं बसमधून/गाडीमधून शाळेत जातात. तुम्हाला खाली मैदानात रोज ३-३ तास खेळायला मिळत होते, आता मुलांना जेमतेम शनिवार-रविवार क्लबमध्ये खेळायला मिळते. तुमची आई गरम नाश्ता बनवून द्यायची, तर आता मुलांना फळाचा रस/सिरीअल, दूध, बिस्किट्स, कुकीज, ब्रेड मिळते किंवा कधी मुलं उपाशीपोटी शाळेत जातात.

आता पालकांना पूर्वी कल्पनासुद्धा केली नसेल अशा आव्हानांना तोंड द्यावे लागते. अगदी १५-२० वर्षापूर्वीपर्यंत, तुमच्या हातून काही गैर घडले तर जबाबदारी तुमची असायची. तुम्हाला काही दुखापत झाली, शाळेत ओरडा मिळाला तर तुमची चूक असायची. तुमच्याबाबतचे बरेच निर्णय आई-वडील घेत आणि तुम्ही परिणामांना तोंड देत असत. तुमचे मित्र-मैत्रिणी अमेरिकेला गेले

म्हणून तुम्ही जाण्याची इच्छा व्यक्त केलीत तर कोणी तुमच्या म्हणण्याला दाद देत नसे. आता दिवस पालटलेत. पालक मुलांना 'डिस्ने वर्ल्ड'ला जायला मिळावे म्हणून EMI चे पर्याय बघतात. (EMI - दर महिन्याला कर्जातल्या रकमेचा ठराविक हप्ता भरणे) पालक मुलांना खूश करण्याच्या मागे लागलेले नव्हते. वर्गात पहिला नंबर आला, शाळेत कॅप्टन झाला, आजारी पडला अशा विशेषप्रसंगी घरातली माणसे मुलांची विशेष काळजी घेत असत. पालकांचे मुलांवर प्रेम असायचे, पण मुलांचे नोकर असल्यासारखे ते वागत नव्हते. आपापला दिनक्रम प्रत्येकजण व्यवस्थित पार पाडत आणि मुले त्यात आपोआप सामावली जात असत.

पण आज काय चित्र दिसते? मुलांना साधं पडसं झालं तरी आई-बाप जबाबदार. आता त्यात आई-वडिलांचा काय दोष? पालक कुठे तरी कमी पडले असे समजणार? त्यांना हात सॅनिटायझरने धुवायला दिले नाहीत किंवा प्रथिनांनी युक्त असा आहार दिला नाही किंवा असेच काही कारण, दुर्दैवाने मुलांना ग्राहक बनविले गेले आहे आणि प्रत्येकवेळी या ग्राहकांची संमती पालकांना घ्यावी लागते. खरं तर ही कोवळी मुले पूर्णपणे आपल्यावर अवलंबून असतात. अगदी शी-शू, खाणं-पिणं, सुरक्षा, शाळा, करमणूक प्रत्येक गोष्टीसाठी. मॅनेजमेन्ट क्लासेसमध्ये शिकवले जाते की, कधीकधी व्यापाऱ्यांना ग्राहकांनी काय घ्यावे ते सांगावे लागते. एकापरीने मला वाटते की, ही शिकवण आणि आरोग्यपूर्ण बालकाची व्याख्या यात साम्य आहे. पालक म्हणून तुम्हा मुलांसाठी आरोग्य, शिक्षण, चुका करणे आणि तंत्रज्ञान यासंबंधी संधी देऊ शकता. त्यांनी यापैकी प्रत्येक गोष्टीकडे कसे पाहावे याबद्दल मार्गदर्शन करू शकता. आरोग्यासाठी आहार, व्यायाम कसा असायला हवा हे मुख्यत्वेकरून सांगायला हवे. याचे कारण आनंदी बालपणासाठी चांगले आरोग्य अनिवार्य आहे.

याचाच अर्थ पालकांच्या हातात बरेच अधिकार आहेत पण पालकांना असे अजिबात वाटत नाही. CME मध्ये बोलणारे डॉक्टर पुढे त्यांच्या एका रुग्णाचे उदाहरण देत होते. त्यांच्याकडे एक आठ वर्षाचा मुलगा रुग्ण म्हणून आला. त्याचे आई-वडील त्याला घेऊन डॉक्टरांकडे आले होते. मुलाला attention deficit problem (एखाद्या गोष्टीकडे नीट लक्ष देण्याची अक्षमता) आहे असे त्यांना वाटत होते. मुलाच्या एका मित्राने शाळा बदलली. कारण त्याचे आई-वडील घटस्फोट घेत होते. या मुलाने घरी येऊन वडिलांना, वय वर्षे ३२-

३३विचारले, 'घटस्फोट म्हणजे काय?' त्याचे वडील पुढच्या शुक्रवारी लवकर घरी आले, मुलाला वांद्रे येथील फॅमिली कोर्टात नेले आणि मुलाला घटस्फोटाच्या आकडेवारीविषयी सविस्तर माहिती पुरविली. दरवर्षी किती घटस्फोट होतात? घटस्फोट घेण्यासाठी बायका अग्रेसर असतात का पुरुष? वेगवेगळ्या धर्मांचे घटस्फोटाचे नियम एकसारखे असतात का? वडिलांचे म्हणणे असे की, त्यांनी मुलाला घटस्फोटाविषयी एवढे समजावून सांगितले तरी त्याचे कुठे धड लक्ष लागत नाही, बेचैन असतो वगैरे.

डॉक्टर पुढे म्हणाले की, त्या मुलाला त्याचे आई-वडील घटस्फोट घेणार नाहीयेत आणि त्याच्यावर शाळा बदलायची वेळ येणार नाही इतकेच सांगणे पुरेसे होते. त्याऐवजी त्या मुलाला नको इतकी माहिती दिली गेली आणि त्यामुळे तो सैरभैर झाला. तसे करण्याची गरज नव्हती. आपण लहान-सहान गोष्टी गुंतागुंतीच्या करून ठेवतो. कारण आपल्याला मुलांचे 'मित्र' बनण्याची घाई झालेली असते, पण पालकत्व ही एक संधी आहे. ती फुकट घालवू नका. पुढे मूल मोठे होईल तेव्हा मित्र व्हा. सध्या तरी पालक बनून राहा, योग्य दिशेने मुलाला पुढे नेणारे मार्गदर्शक व्हा.

पुस्तकाची व्याप्ती

भारतात आपण एका वेगळ्याच समस्येला सामोरे जात आहोत. जगातील सर्वांत जास्त कुपोषित, कमी वजनाची मुले आपल्या देशात आहेत आणि त्याचबरोबर लठ्ठ मुले असलेल्या देशांच्या क्रमवारीत आपण दुसऱ्या क्रमांकावर आहोत. जगातील सर्वाधिक मधुमेही आपल्या देशात आहेत हे विसरून चालणार नाही. बालमृत्यूचे आणि बाळंतिणींच्या मृत्यूचे प्रमाण कमी करण्यात आपण यशस्वी झालो आहोत; परंतु स्थूलत्व आणि नॉन कम्युनिकेबल डिसीजेसवर मात करण्यात आपण हवी तशी प्रगती केलेली नाही. सरकारी पातळीवर 'स्थूलत्व ही फक्त श्रीमंतांची समस्या' असा गैरसमज आहे, पण वास्तव वेगळेच आहे. बरेचदा खेड्याकडचे लोक जेव्हा शहरात येतात तेव्हा आधी कुपोषित असलेली मुले लठ्ठ दिसायला लागतात मात्र पोषणाच्या दृष्टीने पाहिले, तर त्यांच्यात फरक पडलेला नसतो.

धोरणकर्त्यांनी, राजकारण्यांनी हे जरूर लक्षात घ्यावे की, मुलांमध्ये स्थूलत्वाचे कारण त्यांची जीवनशैली नसून, सरकारची चुकीची धोरणे आहेत. पण त्याचबरोबर

पालक आणि समाजाने सुद्धा आहार हा कार्बोहैड्रेटस, प्रोटीन्स, फॅट्स तसेच खाण्याचे प्रमाण एवढ्याच पातळीवर ठेवू नये. समस्येकडे उघड्या डोळ्यांनी पाहिले तरच त्यावर उपाय शोधणे सहजपणे शक्य होईल. पटतेय ना? याचा अर्थ असा नाही की, आहार-पोषण याबाबत मौन बाळगायचे, उलट जास्त सजगतेने त्याकडे पाहायचे.

तर आता आपण या पुस्तकात चांगले पोषण यावर भर देणार आहोत (आणि अर्थातच व्यायाम आणि झोप). त्यामुळे आयुष्याची प्रत कशी उंचावेल तेही तुम्हाला कळेल. मुलांची सर्वांगीण वाढ तसेच निरामय आरोग्याचा पाया म्हणजे त्यांचा आहार आहे. त्यांचे असे आरोग्य राखणे हे आपले कर्तव्य आहे. आपण आरोग्याचा पाया घातला की, मुले त्यांच्या स्वबळावर, स्वकर्तृत्वावर, मेहनतीने त्यांना पाहिजे तशी समृद्धी आणण्यात समर्थ होतील.

•

भाग १अ – अन्न

प्रकरण १

पालकांसाठी – अन्नाबद्दल संभ्रम नको

अन्नाविषयीचा गोंधळ –

अन्न: जगातील सगळ्यात सोपी, सहज गोष्ट म्हणजे खरं तर आपले खाणे-पिणे. पण आपण हे इतके गुंतागुंतीचे करून ठेवलेय की, साधं पाणी पिताना पण आपण विचार करतो की, आता पाणी पिणे योग्य की अयोग्य? जेवणाआधी प्यावे का जेवल्यानंतर? RO (Reverse Osmosis) का बाटलीबंद? खरं तर खाणं ही अत्यंत नैसर्गिक क्रिया आहे. जन्माला आल्या आल्या आपलं खाणंपिणं, आहार घेणं चालू होतं. दूध प्यायले की मूल शांत होते. आपल्या आईबरोबर त्याचे जिव्हाळ्याचे संबंध प्रस्थापित होऊ लागतात. जीवनात तग धरून राहाण्यासाठी, वाढीसाठी, परिपक्वता येण्यासाठी अन्न जरुरीचे असते. शरीर-मन-आत्म्याचे संवर्धन अन्नाच्या मार्फत होते. अन्नाशिवाय जगणे अशक्य असते.

'अन्नात् भूतानी जायन्ते' असे उपनिषदात म्हटले आहे. अन्नाच्या आधारे सगळे सजीव जन्म घेतात आणि वाढतात. 'आद्यते अति च भूतानी, तस्मात् अन्नम् तदुच्यते इति' आपण जे खातो किंवा आपल्याला जे खाते ते म्हणजे अन्न. आजच्या धकाधकीच्या माहितीच्या जंजाळात वेढलेल्या आधुनिक जगात हे फार खरे आहे. पालकत्व म्हणजे मुलांना खाण्याविषयी सज्ञान करणे. कुठचे अन्न त्यांना खाईल (म्हणजे त्यांचे नुकसान करेल) हे त्यांना समजावून सांगितले पाहिजे. बालपणीचा काळच हे शिकवण्यासाठी उत्तम असून, त्यांच्या भविष्यातील आरोग्याची सुद्धा एका प्रकारे निश्चिती होते. आरोग्यपूर्ण बालपण म्हणजे आरोग्यपूर्ण तारुण्य म्हणजेच आरोग्यपूर्ण असलेले उर्वरित आयुष्य. मुलाच्या आहाराकडे आपण पुढील पन्नास वर्षांची गुंतवणूक म्हणून पाहायला हवे हे ओघाने आलेच.

युनायटेड नेशन्सची कायमस्वरूपी वाढीसाठी ठरविलेली ध्येये

आपल्या वेदपुराणांच्या शिकवणीनुसार अन्नाद्वारे आपल्याला 'आनंद' प्राप्त होतो. मानवाचे मूळ स्वरूप 'सत्-चित्-आनंद' आहे. अनादिकाळापासूनची ही शिकवण आहे. युनायटेड नेशन्सची जी कायमस्वरूपी वाढीसाठी ठरविलेली ध्येये आहेत त्यांच्याशी हे मिळतेजुळते आहे. महत्त्वाच्या तीन ध्येयांपैकी दोन आहार व आरोग्याशी, निगडित आहेत. सतरा ध्येयांमधील 'सकस आहार' हे प्राधान्यक्रमाने सगळ्यात वर येते. कारण ते साध्य झाले की, इतरही ध्येये साध्य होऊ शकतात. आपण या १७ ध्येयांपलीकडे जाणे, त्यामागचे अर्थकारण पाहाणे हे भविष्यातले स्वप्न आहे. यात पोषक आहार, लिंगभेद नसणे, पाणी आणि स्वच्छता, मूळ रहिवाशांचे/देशी लोकांचे अधिकार, स्वच्छ हवा, शिस्तबद्ध शहरे, उत्पादने आणि वापर यांचा ताळमेळ, धरतीवरील आणि पाण्याखालील जीवन, न्याय, शांतता, खंबीर संस्था इ. अनेक गोष्टींचा समावेश होतो. समानता नसेल तर आर्थिक भरभराटीला काहीच अर्थ उरत नाही. आपण अन्न-धान्य कसे पिकवितो, साठवतो, वापरतो या सर्व गोष्टी आनंदी आणि शांत जगासाठी पायाभूत महत्त्वाच्या आहेत.

मुलांना नैसर्गिकरीत्या वाढू दिले तर पालकत्व आनंददायी होते. तसं नाही झालं तर मुलं वरचेवर आजारी पडतात. मूल असेल तसे स्वीकारण्यासाठी धाडस लागते. कारण पालकांना बऱ्याच गोष्टी 'जाऊ दे' म्हणून सोडून द्याव्या लागतात. मुलामध्ये आपण जितके गुंततो तितके इतर कुठेच गुंतत नाही. यातूनच मग भीती निर्माण होते. आपण पालकत्व नीट निभावत आहोत का? आपण मुलाला पुरेसे कॅल्शियम, व्हिटॅमिन्स, प्रोटीन्स देत आहोत का? इ. अनेक प्रश्न आपल्याला भेडसावतात. मुलांना प्रेम किंवा चांगले आरोग्य हे भीतीमुळे मिळणार नाही हे लक्षात ठेवायला हवे. पालकत्व म्हणजे मुलांना आरोग्यपूर्ण बनविण्याची/ठणठणीत ठेवण्याची संधी म्हणून पाहायचे असेल, तर भीतीवर मात केली पाहिजे. भीतीवर मात करण्यासाठी आपल्याला वस्तुस्थिती किंवा खरं काय ते माहीत हवे. आपली पुराणे सांगतात की, ज्यांनी 'अविद्या' अनुभवली आहे, त्यांनाच 'विद्या' कळते. धैर्य म्हणजे भीतीचा अभाव नाही, तर भीतीवर केलेली मात असते.

खाण्यापिण्याच्या बाबतीत गोंधळ उडण्याची कारणे –

तशी कारणे बरीच आहेत, पण पुढील दोन गोष्टी आहाराबद्दल गोंधळ उडण्यास आणि गैरसमज पसरविण्यास जास्त कारणीभूत आहेत.

१) न्यूट्रिशन ट्रान्झिशन (आहार संक्रमण)

१९९३ साली आहारविज्ञान शास्त्रज्ञ बॅरी पॉपकीन यांनी 'न्यूट्रिशन ट्रान्झिशन' ही संकल्पना मांडली – पारंपरिक आहारात बदल करून पाश्चात्त्य आहारपद्धतीचा अवलंब करणे. पाश्चात्त्य आहार म्हणजे प्रक्रिया केलेले पॅकेटबंद पदार्थ. न्यूट्रिशन ट्रान्झिशन भारत, चीन तसेच ब्राझीलमध्ये, मुख्यत्वेकरून विकसनशील देशांमध्ये घडून आले. आपले जसजसे अधिक शहरीकरण होऊ लागले, जगाची जास्त ओळख होऊ लागली तसतसे आपण कमी हालचाली करू लागलो, शारीरिक श्रमांमध्ये घट झाली आणि आपण पारंपरिक खाणे सोडून दिले. दैनंदिन जीवनात न्यूटिशन ट्रान्झिशन कसे होते आहे ते पुढील उदाहरणावरून लक्षात येईल– शनिवारी-रविवारी मुलांसाठी खास म्हणून तुम्ही 'पॅनकेक' किंवा 'क्रेप' करू लागलात. मुलाच्या वाढदिवसाला मॉलमधील 'फूड हॉल'मध्ये पार्टी करून मित्रमंडळींना 'बर्गर' खिलवू लागलात किंवा तुम्ही फ्रीझमध्ये सोडा-बॉटल किंवा फळांच्या वासाची ड्रिंक्स ठेवू लागलात किंवा एखाद दिवशी तुमचा नवरा रात्रीचा स्वयंपाक करतोय – स्पॅघेटी अॅग्लीओ इ ओलीओ, खिचडी नव्हे.

यापैकी तुम्ही, काही करत असाल, तर तुम्ही या 'न्यूट्रिशन ट्रान्झिशन' चा स्वीकार करत आहात. तुमची मुले, तुम्ही त्यांच्या वयाचे असताना जे खात होतात ते अन्नपदार्थ खात नाहीत किंवा त्यांच्या आजीआजोबांपेक्षा ते वेगळेच काही खाऊ लागली आहेत. संशोधनात असे दिसून आले की, यामुळेच मुलांना मोठी झाल्यावर 'नॉन कम्युनिकेबल डीसीजेस' होण्याचा धोका वाढतो. नॉन कम्युनिकेबल डीसीजेस म्हणजे असे आजार की, जे संसर्गजन्य नाहीत. यात मधुमेह, हृदयरोग, स्थूलत्व, कर्करोग, मानसिक आजार इ. चा समावेश होतो. हे आजार क्वचित एखाद्या रविवारी असे पदार्थ खाऊन होणार नाहीत, पण वारंवार खाण्यात आले म्हणजे महिनो न् महिने, वर्ष न् वर्ष तर मग मात्र उद्भवतील. कळले का?

न्यूट्रिशन ट्रान्झिशन पुढील दोन कारणांमुळे होत आहे.

- देशी/स्थानिक आहाराचे महत्त्व न जाणणे
- फूड इन्डस्ट्रीने केलेले मार्केटिंग आणि त्याचा दिसून येणारा प्रभाव.

आपल्या पारंपरिक खाण्यापिण्याच्या सवयी आपल्या जीवनात इतक्या मुरल्या होत्या की, आपल्या आज्या-पणज्यांना त्याचा संबंध एखाद्या पोषक द्रव्याशी आणि त्यामुळे होणाऱ्या फायद्यांशी जोडावासा वाटला नाही. उपनिषदात म्हटले आहे– *तदेव ब्रह्म, त्वम् विधी नेदम् यदीदामुपासते.* अर्थ – आपल्याला जे सत्य आहे किंवा देव आहे असे वाटते तसे ते नसते. हे तत्त्व आपण अन्नाच्या बाबतीत लागू करू शकतो. गाजर हा व्हिटॅमिन ए चा स्रोत आहे, पण आहारात पुरेसे 'फॅट'नसले तर गाजरात असलेले थोडेफार व्हिटॅमिन 'ए' शरीरात शोषले जात नाही; परंतु लाल भोपळ्याची भाजी किंवा भरीत खाल्ले, तर शरीरात कॅरोटीन (व्हिटॅमिन ए चे पूर्व स्वरूप) शोषले जाते. भाजीत/भरतात असलेल्या फॅट्स, मसाले इ. मुळे कॅरोटीनचे व्हिटॅमिन ए मध्ये रूपांतर सहजपणे होते. आपल्या आज्यांना हे माहित होते म्हणून उपवासाच्या वेळी किंवा ठराविक प्रसंगी हे पदार्थ आवर्जून केले जात असत. जर लाल भोपळा योग्य पद्धतीने स्वयंपाकात वापरला, तर व्हिटॅमिन ए च्या पलीकडेही बरेच काही शरीराला मिळते. शेवटी अन्नप्राशन करण्याचा मुख्य हेतू आनंद, संरक्षण आणि संवर्धन आहे.

जेव्हा महत्त्वाकांक्षा नुकसानकारक ठरते

मुले आणि त्यांचे निरामय आरोग्य यामध्ये येणारी मुख्य गोष्ट म्हणजे 'महत्त्वाकांक्षा'. वैश्विक (global) होण्याची महत्त्वाकांक्षा आणि त्यासाठी सगळ्या स्थानिक देशी गोष्टींपासून घेतलेली फारकत. गाड्या, स्थावर मालमत्ता, मोबाईल फोन्स इ. बाबतीत ठीक आहे, माफ करता येईल कारण यातले काहीही तुमच्या पोटात जात नाही आणि म्हणून तुमचाच भाग बनत नाही. मात्र अन्नाच्या बाबतीत तसे होत नाही. पूर्ण डाव पालटवण्याची क्षमता अन्नामध्ये आहे. मी काय म्हणतेय ते लक्षात आले का? चौदा नारळाच्या झाडांनी सुशोभित असलेल्या, 'दरिया महल'च्या जागी जेव्हा पंधरा मजली 'फिओरान्झा' बांधला जातो, काचेचा भरपूर वापर आणि 'पाम ट्रीज' (सिंगापूरप्रमाणे) नी सुशोभित केला जातो तेव्हा त्याचे स्वतंत्र अस्तित्व नष्ट होते. तुमचे पर्यावरण, झाडे, फुलपाखरे ही सगळी श्रीमंती कमी होते, पण तुम्हाला मात्र श्रीमंत झाल्यासारखे वाटते (मला नाही तसे वाटत.) मात्र तुम्ही हे जेव्हा अन्नाच्या बाबतीत करता, पोह्यांच्या ऐवजी ओट्स, पराठ्याच्या जागी चॉकोज्, केळ्याच्या जागी

फळांचा रस, असे खाता, तेव्हा मात्र तुम्ही घोडचूक करता. तुम्ही 'पौष्टिक आहार' न घेता 'निकृष्ट आहार' घेता आणि तुमच्या मुलांचे आरोग्य इतके बिघडते की, महागडी औषधे आणि उपाययोजनाही अपुरी पडतात. खरं म्हणजे उपाय अगदी सहज सोपा आहे. श्रीमंती खाद्यपदार्थांच्या मागे न लागता साधंसुधं नेहमीचं खाणं म्हणजे अनारोग्यास तोंड देण्याची वेळच मुलांवर येणार नाही.

२) न्यूट्रिशनीझम

'सस्टेनेबल डेव्हलपमेन्ट गोल्स' (SDG) प्रमाणे पाहिले किंवा आहार/अन्न हे आनंदाचे मूळ स्रोत आहे या दृष्टीने पाहिले तरी एक गोष्ट नक्की आहे आणि ती म्हणजे अन्नाकडे कार्बोहैड्रेट्स, प्रोटीन्स, फॅट्स अशा संकुचित दृष्टीने न पाहाणे. SDG ची ध्येये गरीबी नष्ट करणे, पृथ्वीचे संरक्षण करणे आणि पुढील १०-१२ वर्षांमध्ये सगळ्यांचा विकास होणे अशी आहेत. अन्नाकडे त्यातील पोषक द्रव्यांच्या दृष्टीने बघणे याला न्युट्रिशनीझम असे म्हणतात (मायकेल पोलन या लेखकाने ही संज्ञा प्रचलित केली आहे). जसे रेसीझम, सेक्सीझम, एजीझम तसे न्युट्रिशनीझम. ism इझम् म्हणजे तत्त्व किंवा पद्धती. जेव्हा साकल्याने विचार न करता एखाद्या गोष्टीवरच केंद्रीत करून विचार केला जातो. म्हणून आपण अन्नाकडे विविध अंगांनी पाहायला शिकणे आवश्यक आहे. आधी ज्या गोष्टींचा तुम्ही काडीमात्र विचार केला नसेल अशा गोष्टी खूप महत्त्वाच्या असतात. उदा. पालकत्व. पालकत्वामध्ये आता मुलाचे आरोग्य, सुरक्षितता, भविष्यातील यश या सर्व गोष्टींचा अंतर्भाव होतो. त्याचप्रमाणे अन्नाचा विचार विस्ताराने केला तर त्यात जमिनीची प्रत, पिकांचा मोसम, शेतीच्या बाबतीतली धोरणे, शेतकऱ्यांचे कल्याण, स्थानिकांचे अर्थकारण, हवामान बदल, स्त्री-पुरुष समानता, इ. अनेक गोष्टी येतात. याला 'फूड सिस्टीम' असे म्हणतात. 'फूड ग्रुप्स म्हणजे अन्नाचा 'न्युट्रिशनीझम'च्या दृष्टीने विचार.

२०१२मध्ये मी न्यू कॅसल, युके मध्ये कॉन्फरन्सला गेले होते. तेथे श्रोत्यांमध्ये बसून मी या विषयावरची चर्चा ऐकली. अन्नाकडे कार्बज्, प्रोटीन्स्... अशा दृष्टिकोनातून पाहिले तर कसे दुष्परिणाम होतात हे सांगितले गेले. अशा दृष्टीने पाहिले-बोलले की, सामान्य जनता बुचकळ्यात पडते. मात्र 'फूड इन्डस्ट्रीज'चा

भरमसाट फायदा होतो (त्यांना विद्यापीठांनी अशी मदत करायची काहीच आवश्यकता नाही.) सर्वसामान्य माणूस ब्रेडसारखा नेहमीचा पदार्थ घेताना सुद्धा गोंधळात पडतो. खावा की न खावा, ग्लुटेन फ्री खावा की ग्लुटेन असलेला, तज्ज्ञ मंडळी गालातल्या गालात हसणाऱ्या श्रोत्यांसमोर विचार मांडत होती. २०१५ मध्ये बर्लिनमध्ये झालेल्या FENS कॉन्फरन्समध्ये अशाच पद्धतीचे विचार मांडले गेले. धक्कादायक गोष्ट म्हणजे 'आहार आणि पोषण' याबद्दलचे वेगवेगळे अभ्यास गेल्या पाच वर्षांत दुपटीने वाढले, पण वैज्ञानिकांच्या संख्येत वाढ झाली नाही. फूड इन्डस्ट्री, संशोधक आणि पत्रकारिता यामधले लागेबांधे यावरून स्पष्ट होतात असेही सांगितले गेले.

संपूर्ण जगभरात आहार समान होऊ लागला आहे, त्याची गुणवत्ता घसरत चालली आहे, वैविध्य कमी होतेय आणि आरोग्याची प्रत पण घटत आहे. पुढच्या दोन दशकांमध्ये NCD आजारांच्या खर्चाचा आकडा ४७ ट्रिलिअन डॉलर्स इतका वाढणार आहे. याबरोबरीने कुपोषणाचे दुहेरी संकट – कमी वजन, जास्त वजन – भेडसावत आहे. आणखी एक भर पडली आहे ती मायक्रोन्युट्रिएन्ट डेफिशिअन्सीची (उदा. व्हिटॅमिन डी, बी-१२, लोह इ.) हे तीन्ही प्रकारचे कुपोषण एका घरात तसेच सर्व थरांमध्ये दिसून येते. श्रीमंत देशांच्या तुलनेत आपल्याकडे मुलांमधील स्थूलत्व ३०% अधिक वेगाने वाढत आहे. त्याचबरोबर भारतात हगवणीमुळे होणाऱ्या बालमृत्यूचे प्रमाण घटले नाही (स्वच्छतेचा अभाव). श्रीमंत घरातील मुलांना ॲलर्जीज, वेगवेगळी इन्फेक्शन्स (संसर्गजन्य रोग) पाश्चिमात्यांप्रमाणे सतावत आहेत. (सॅनिटायझरचा वापर करून सुद्धा)

आता याचा अन्वयार्थ आपण कसा लावणार आहोत? न्युटिशन ट्रान्झिशन आणि न्युट्रिशनीझम या एकाच नाण्याच्या दोन बाजू असल्यासारखे आहे आणि यामागचा हेतू 'अधिकाधिक नफा' असून आरोग्य निश्चित नाही. न्युटिशनीझम आपल्याला पोषक द्रव्यांचे सेवन करण्यास सांगते, अन्नाचे नाही. न्युट्रिशन ट्रान्झिशन आपले स्थानिक अन्नपदार्थ कुचकामी आहेत, असे पटवून द्यायचा प्रयत्न करते आणि पर्याय सुचविते. तंतुमय पदार्थ हवेत? खा ओट्स, केळे नका खाऊ. चांगल्या प्रतीचे फॅट हवे? मग घ्या ऑलिव्ह ऑईल, शेंगदाणा तेल नको. प्रथिने (प्रोटीन्स) हवीत? मग खा सोया, आपली नेहमीची कडधान्ये नकोत.

गंमत म्हणजे ते कधीही स्पष्टपणे अमुक-तमुक खाऊ नका, असे सांगत नाहीत. स्थानिक अन्नपदार्थ खाऊ नयेत हे आडमार्गाने सुचविले जाते. यामुळे आपण

आपली स्वतंत्र ओळख, आपल्या स्थानिक खास पदार्थांच्या पाककृती हळूहळू विसरत जातो. इतकेच नव्हे तर आपल्या आतड्यातील उपयुक्त जंतूची (gut friendly bacteria) संख्या, प्रकार कमी होऊ लागतात. ही फूड इन्डस्ट्री आपल्याला दूरदर्शनसारख्या प्रभावी माध्यमांद्वारे, प्रसिद्ध नट-नट्यांना, खेळाडूंना हाताशी धरून हे धडे देत असते. इतकेच नव्हे तर आपल्या शैक्षणिक धोरणांमध्ये सुद्धा हलकेच या गोष्टींचा शिरकाव होत असतो. मी आहाराचा अभ्यास फक्त उष्मांक (कॅलरीज), अन्नाचे वर्गीकरण (फुड ग्रुप्स) आणि प्रमाण (पोर्शन साईझ) इतक्याच दृष्टीने केला आहे. जसे काही बाकी कुठच्याच गोष्टी अस्तित्वात नाहीत अथवा असल्याच तर त्यांचे महत्त्व नगण्यच आहे. आपले आजचे आहारविषयक समज यामधूनच आले आहेत. आपल्याला हे विज्ञान म्हणून सांगितले गेले, पण हे विज्ञान नसून न्युट्रीशनीझम आहे. विज्ञान व्यापक दृष्टीने अतिसूक्ष्म गोष्टींचा वेध घेते.

भारतात आहारशास्त्राचे शिक्षण

वैज्ञानिक दृष्टिकोनातून आहारशास्त्राकडे पाहताना 'अन्नपदार्थ' कुठून येतात याला सर्वाधिक महत्त्व हवे. परंतु शेती आणि शेतकरी यांचा उल्लेख सुद्धा आहारशास्त्राच्या पुस्तकांमध्ये सापडणार नाही. संस्कृती, हवामान, शेतीच्या पद्धती, जत्रा, सण-उत्सव, समाज या गोष्टींचा अंतर्भाव आहारशास्त्रात हवा. तसेच जमिनीची उपजक्षमता, स्थानिक जाती-प्रजाती, जमिनीचा आलटून पालटून वापर, कमी होत चाललेले पाण्याचे स्त्रोत, जीएमओ (जिनेटीकली मॉडीफाईड) बि-बियाणे, अन्नविषयक धोरणे, एम.एस.पी. यांचाही अभ्यास व्हायला हवा. पण नाही! याबद्दल एखादा शब्द, व्याख्यान, विचार काही एक नाही!! धर्म, धार्मिक प्रथा यांचा प्रभाव आहारपद्धतींवर होत असतो. पण या गोष्टींचाही उल्लेख नाही. फक्त पोषकद्रव्ये (न्युट्रीएन्टस्) आणि उष्मांक (कॅलरीज) याबद्दल माहिती पुस्तकांमधून मिळते सिरीअल्स बिकणाऱ्या कंपन्या वेगवेगळ्या स्पर्धा आयोजित करतात. योगर्ट विकणाऱ्या फुकटात टी शर्टस् देतात तर ज्युस विकणाऱ्या कपंन्या सुरुवातीला फुकटात ज्युस सॅम्पल म्हणून वाटतात. याचे कोणालाच सोयर-सूतक वाटत नाही. यात कोणाचा तरी छुपा स्वार्थी हेतू आहे हे कोणी लक्षात घेत नाही. खरं म्हणायचे तर सर्वच विषयांचे अभ्यासक्रम काही ठराविक वर्षांनंतर तपासून त्यात बदल करायला

हवेत. अन्न आणि पोषण हे तर आपले जीवन आहे. आपले आरोग्य त्यावर अवलंबून असते म्हणून या अभ्यासक्रमाला जास्त अनन्यसाधारण महत्त्व मिळणे आवश्यक आहे. कुठल्याही स्वार्थी हेतूंना यात स्थान नको. डाएटीशिअन्स् आणि न्युट्रीशनिस्टस् स्मार्ट असते तर त्यांना मिळालेल्या शिक्षणाबद्दल त्यांच्या मनात प्रश्नचिन्ह उभे ठाकले असते. त्यांना लोकांना सेवा द्यावी असे मनापासून वाटत असेल तर त्यांनी या गोष्टींचा विचार केला पाहिजे. तसे न केल्यास अन्न उद्योगात असलेल्या कंपन्यांचा फायदा होईल. दूरदृष्टीने विचार केला तर हे तोट्याचे (समाज आरोग्याच्या दृष्टीने विघातक) आहे.

आहारासंबंधी गैरसमजांचे निराकरण

कदाचित खूप नवलाचे वाटेल; पण जगातील अत्यंत गुंतागुंतीच्या समस्यांचे उत्तर फार सोपे असते ही वस्तुस्थिती आहे. आहार आणि पोषणाच्या बाबतीत हे अगदी खरं आहे. शतकानुशतके स्त्री-पुरुष त्यांच्या आसपास पिकत असे ते खात आले. जेव्हा जे पिकेल ते ताजे असताना खायचे आणि खाल्ल्या अन्नाबद्दल कृतज्ञता बाळगायची अशी रीत होती. अन्न फुकट जाऊ देत नसत. आपल्या घरी पिकलेले जिन्नस ओळखी-पाळखीच्या व्यक्तींमध्ये वाटले जात असत. धान्य-डाळी साठवून ठेवत. नाशिवंत पदार्थ सुकवून किंवा लोणची करून साठवली जात. UNSDG ची लिंक डाऊनलोड केलीत तर जग वाचविण्यासाठी तुम्ही वैयक्तिक पातळीवर, घरी, कामाच्या जागी काय करू शकता ते दिले आहे. विशेष म्हणजे आपल्या आज्या-पणज्या हेच नेमके करत होत्या. गरज नसेल तर दिवे बंद ठेवा, स्थानिक अन्नपदार्थ खा. लांबून वाहनांमधून वाहून आणण्याची गरज नाही, कपडे आणि केस नैसर्गिक हवेवरच सुकवा इ. या सर्व गोष्टी इतक्या बिनमहत्त्वाच्या वाटतात की त्यामुळे काही मोठा फरक पडेल असे वरकरणी आपल्याला वाटत नाही. पण हे आपण फिटनेस कसा राखतो यासारखे आहे. एकदा वर्क-आऊट केले की झाले असे नसते. तीच गोष्ट आठवड्यातून पाच दिवस पाच वर्षे सलग केली तर फायदा दिसतो.

आपल्या मुलांना, पुढील पिढ्यांना अनेक आव्हाने पेलावी लागणार आहेत. AI, हवामानबदल, अन्न-पाण्यावरून होणारी युद्ध आणि काय होईल ते देवच

जाणे. मात्र आपल्याकडून मुलांना अन्नाची किंमत नेमकेपणाने कळली तर ती अर्थपूर्ण आयुष्य जगण्यास समर्थ होतील. त्यांचे ध्येय अमुक तारखेपर्यंत पाच किलो वजन घटविण्याचे किंवा अमुक एका साईझचे कपडे वापरण्याचे नसेल. त्यांना आरोग्य ऐश्वर्य, आनंद इ. गोष्टींचा नेमका अर्थ सापडेल. २०५० पर्यंत जगाची लोकसंख्या १० बिलीअन इतकी अवाढव्य होणार आहे. तेव्हा भूक आणि नॉन कम्युनिकेबल डिसीजेस् या मुख्य समस्या असतील. आपल्याकडे हातात तीस वर्षे आहेत. सुरुवात अन्नापासून करू. कारण आनंदाकडे जाण्याचा मार्ग अन्नातून जातो.

आता पालकांसाठी चार मुख्य तत्त्वे देत आहे. *ती सत्य आणि भीती या स्वरूपात समजण्याच्या दृष्टीने मांडली आहेत.*

***१) सत्य** – स्थानिक, हंगामानुसार आणि पारंपरिक खाणे हे चांगले असते.*

***भीती** – अन्नपदार्थ ज्यात प्रोटीन्स, प्रथिने, फॅट्स (स्निग्ध पदार्थ) आणि कार्बोहैड्रेट्स (पिष्टमय पदार्थ) ठराविक मोजमापातच असतात ते खाणे चांगले असते.*

पुढे जाण्यापूर्वी मी एक स्पष्टीकरण देऊ इच्छिते – अन्नपदर्थांना प्रोटीन्स, कार्बज्, फॅट आणि उष्मांक यांची बेरीज समजणे हे अवैज्ञानिक असून अन्नउद्योगाशी निगडित लोक या गोष्टी समाज मनावर बिंबवण्याचा प्रयत्न करत आहेत. आपल्या आहाराकडे आपण याच एका दृष्टीने पहावे म्हणून प्रसारमाध्यमे, डॉक्टर्स, डाएटीशिअन्स प्रयत्न करताना दिसतात. यामधून स्थानिक अन्नपदार्थ एक किंवा अधिक पोषक द्रव्यांच्या बाबतीत कमी पडत असून औद्योगिकरीत्या बनविलेले खाद्यपदार्थ कसे वरचढ आहेत हे सुचविले जाते. आपल्याही नकळत आपण ही वस्तुस्थिती आहे असे समजलो आणि औद्योगिकरीत्या बनविलेल्या अन्नपदार्थांचे ग्राहक झालो. आता तुमच्या लक्षात आले असेल की यामुळे कंपन्यांचा फायदा झाला, आपला नाही.

आपल्या आजीनी आपल्याला एखादा अन्नपदार्थ अमुक एका पोषक द्रव्यासाठी खायला कधीच सांगितले नाही. एखादा अन्नपदार्थ ज्या हंगामात मिळतो, त्या वेळेस खायचा या समृद्ध संस्कृतीची ओळख मात्र ती करून देत असे. स्थानिक अन्नपदार्थ आहारात ठेवणे हाच रीतिरिवाज होता. आता ही फॅशन समजली जातेय. खरं तर आपल्या आजी-पणजींना विश्वनागरिक संबोधणे जास्त संयुक्तिक होईल.

माझी आजी सांगे, 'शास्त्र म्हणून खा.' तिने मला पुरणपोळीवर तूप घेण्यासाठी

सांगितले. मी तिला तू पक्की अंधश्रद्धांवर विश्वास ठेवणारी आहेस असे सांगितले. तिने तत्क्षणी मला माफ करून टाकले. (खरं तर माझ्या म्हणण्याचा तिच्यावर जराही परिणाम झाला नाही. त्याकडे पूर्ण दुर्लक्ष करत तिने माझ्या पुरणपोळीवर तुपाची धार सोडली.) स्पोर्टस् सायन्स न्युट्रीशन मधला पोस्टग्रॅज्युएट कोर्स पूर्ण केल्यानंतर काही वर्षांनी मला कळले की तूप हे फॅटबर्नर आहे.

ए, डी, इ, के ही फॅटमध्ये विरघळणारी व्हीटॅमिन्स तुपांमुळे शरिरात सात्म्य होतात. पोटातील उपयुक्त बॅक्टेरियांचे प्रकार आणि संख्या दोन्ही योग्य रहाण्यास तूप मदत करते. रक्तातील साखर नियंत्रित राहते. परंतु १९७० सालापासून २००० साल येईपर्यंत किंवा पुढे काही वर्षांपर्यंतसुद्धा तुपावर बहिष्कार टाकण्यात आला आणि तो अशा लोकांकडून की ज्यांना विज्ञान माहिती आहे असा आपला दृढविश्वास होता. मुख्यत्वे डॉक्टर्स आणि डाएटीशिअन्स (आहारतज्ज्ञ) यांनी सुद्धा त्याची री ओढली. मी आजीला अंधश्रद्धाळू म्हटले तेव्हा फक्त दहा वर्षांची होते. शाळेतसुद्धा कार्ब्ज इ. बद्दल शिकले नव्हते. तरीही मला 'सॅच्युरेटेड फॅट्स'च्या धोक्यांविषयी कल्पना होती. समाज कशाला वैज्ञानिक किंवा अंधश्रद्धा समजतो त्याची कल्पना आपोआप हळूहळू मुलांना येऊ लागते.

मी लहान होते आणि माझा मूर्खपणा मामाई ने कधीच मनावर घेतला नाही. (मामाई आमच्या शेजारी राहत असे. माझी आई कॉलेजमध्ये नोकरी करत होती. आम्हा दोघी बहिणींना मामाईकडे ठेवून आई तिच्या कॉलेजमध्ये जाई.) पण प्रत्येक वेळी मुलांच्या बाबतीत असे होत नाही. माझ्या एका क्लाएन्टची बायको मला सांगत होती की तिच्या आठ वर्षांच्या मुलाला नुडल्स खूप आवडतात आणि 'हेल्दी नुडल्स' ती देत असल्याने आरोग्यासाठी ते चांगले होते. माझ्या चेहेऱ्यावरील गोंधळलेले भाव तिने अचूक टिपले आणि ती स्पष्टीकरण देऊ लागली. नुडल्स ओट्सचे आहेत आणि त्यात भरपूर भाज्या घातल्यामुळे ते आरोग्यदायी आहेत असा तिचा दावा/समज होता. तिच्या मते आता माझ्या चेहेऱ्यावरील प्रश्नचिन्ह मिटायला हवे होते कारण मैद्याचे नुडल्स देण्याइतकी ती मूर्ख नव्हती. खरं तर माझं काम असं आहे की बरेच वेळा मी मनातलं बोलू शकते. पण अधून-मधून असे प्रसंग उद्‌भवतात की ज्या वेळेस मी फक्त भुवया उंचावते आणि पटल्यासारखं दाखवून हसण्याचा प्रयत्न करते पण प्रत्येक वेळेस हे जमतं असं नाही. आमचे हे संभाषण तिने 'आता हे तुझ्या पुढच्या पुस्तकात लिहू नकोस' असे सांगून संपविले. असेच आणखी काही प्रसंग – पॅकेज्ड सिरीअल आहे पण त्यात

नाचणी आहे ना! बेबी फॉर्म्युलामध्ये पण तांदूळ आहे मग पेज कशाला हवी! आपली प्रतिकारशक्ती वाढविण्यासाठी किवी चांगलीच नाही का!

मूळात आपण स्वत:ला विचारायला हवे की एखाद्या पारंपरिक पदार्थाला चाट देऊन नवीन पदार्थ त्यात असलेल्या पोषक द्रव्यासाठी खाणार का? 'इसमें प्रोटीन है, आयर्न है, फायबर है असे जाहिरातीत सांगितलेय का? असं' असेल तर जी व्यक्ती तुम्हाला तो पदार्थ खायला सांगतेय ती आणि तुम्ही फूड इन्डस्ट्रीच्या हातचे खेळणे झाले आहात. मोठमोठ्या फूड इन्डस्ट्रीज् आपल्या जीवावर प्रचंड प्रमाणात संपत्ती जमा करतातच पण त्या व्यतिरिक्त त्यांच्या 'पोषक द्रव्यांनुसार खाणे' या तत्त्वामुळे? आपण भीतीचे शिकार बनतो. आपल्या आरोग्यासाठी आवश्यक असे अमुक एक व्हिटॅमिन आपल्याला मिळत नसल्याची भीती! आपल्या परंपरांमधली गंमत निघून जाते आणि आपण गोंधळलेल्या स्थितीत राहतो. परंपरा आणि आहार यांचा हेतू हा, की जेवणानंतर आपल्याला समाधान आणि हलके वाटायला हवे. हा विश्वास निर्माण व्हायला हवा की ज्याप्रमाणे पैशाने आनंद विकत घेता येत नाही, त्याचप्रमाणे पोषक द्रव्याने आरोग्य विकत घेता येणार नाही. आयुष्यात समतोल राखणे महत्त्वाचे आहे. आपण जेवणाचा आनंद घ्यायला हवा. त्यासाठी साधे, स्थानिक पदार्थ वापरून पारंपरिक पद्धतीने घरी केलेले जेवण हा आनंद देण्यास समर्थ असते.

तूप

भारतात 'तूप' शतकानुशतके वापरले गेले. परंतु चाळीस वर्षांपूर्वी आपण तूप वापरायचे सोडले आणि वनस्पतीजन्य तेले (व्हेजिटेबल ऑईल्स) वापरायला सुरुवात झाली. गेल्या दहा वर्षांमध्ये ऑलिव्ह ऑईलचा बोलबाला झाला. सप्टेंबर २०१६ मध्ये अमेरिकेतील क्लेव्हलँड क्लिनिकने (जिथे भारतातील श्रीमंत लोक बायपास सर्जरीसाठी जातात) तुपाविषयी माहितीपत्रक काढले. यात तुपाचे मानवी आरोग्यासाठी होणारे फायदे दिले आहेत. आता तर सर्रास, पाश्चिमात्य देशांच्या सुपरमार्केट्समध्ये तूप 'क्लेरीफाईड बटर' नावाने विकले जाते. १९७० मध्ये तूप आरोग्यास अपायकारक होते, १९८० मध्ये तूप हृदयरोगारा कारणीभूत होते. १९९० मध्ये मधुमेह होण्यास तूप जबाबदार धरले गेले. आता कसं एकाएकी

२०१६ मध्ये तूप हे अनेक रोगांवर रामबाण उपाय ठरले? अशा चक्रातून एखादा अन्नपदार्थ जात असेल तर त्याला आहार विज्ञान म्हणायचे का उद्योगधंदा? खरे पाहिले तर शतकानुशतके तुपाची गणना पंचामृतात केली गेली आणि तूप प्रत्येकासाठी उपयुक्त मानले गेले. वैद्यकशास्त्राने शेवटी २०१६ मध्ये तुपाची महती मान्य केली. ठीक आहे, झाले ते झाले. पण आपण मात्र एखाद्या पोषक द्रव्यासाठी किंवा विज्ञान म्हणतेय म्हणून आपली प्रत्येक पारंपरिक, आपल्या जीवनाचा अविभाज्य भाग असलेली गोष्ट सोडून द्यावी की नाही हा खरा प्रश्न आहे. तूप, भात, नारळ, ऊस सगळे पदार्थ या चक्रातून चाललेत असे वाटतेय. नारळाचे तेल आता पाश्चिमात्त्यांनी डोक्यावर घेतले आहे. मॅनहॅटनमध्ये भाताची पेज व्हेज प्रोटीन म्हणून विकली जात आहे. सॅन-फ्रॅन्सिस्कोमध्ये उसाचा रस 'डीटॉक्स' (शरीरशुद्धी) साठी वापरत आहेत. एकेक समाज आपलं पारंपरिक खाणं सोडत आहेत. हेच पदार्थ दुसऱ्या ठिकाणी जातात आणि भरमसाट किंमतींना विकले जातात.

आपल्या स्वयंपाकघरात सहजी उपलब्ध असलेल्या तुपाची महती आपल्याला कळायला चाळीस वर्षे लागली यावरून आपला आत्मविश्वास किती कमी आहे ते जाणवते. आपल्या मुलांनी हा वारसा घेऊ नये!

*२) **सत्य** – खाण्याची क्रिया ही नैसर्गिक असून भूक ही बदलती असते.*

***भीती** – काहीही झाले तरी मुलाला खाऊ घातले पाहिजे आणि ठराविक प्रमाणात त्याच्या पोटात गेलेच पाहिजे.*

तुमच्या मुलाचा जेवणाशी संबंध फक्त ते टेबलवर मांडले की येत असेल तर मूल जेवताना-खाताना नाटकं करेल यात शंकाच नाही. मुलाला बटाट्याच्या भाजीऐवजी भेंडीची भाजी ताटात दिसली की ते वैतागणार. इतकेच नव्हे तर तुम्हीपण मुलावर वैतागणार/काळजी करणार. मूल कायम उपाशीच राहतेय ही भीती तुम्हाला सतावणार. काही आया मला असे सांगतात, 'अग ऋजुता, तुझा विश्वास नाही बसणार पण हा/ही दिवसेंदिवस जेवल्याशिवाय राहू शकतो/शकते. असे किती दिवस झालेय या प्रश्नाला त्यांच्याकडे उत्तर नसते. मुले फक्त न जेवण्याचा धाक घालतात. मग आई आय-पॅड/चॉकलेटचे आमिष दाखवून वाढलेले संपवायला सांगणार. तुमची मुले नेहमी जेवणा-खाण्यावरून नाटकं करत असतील

आणि तुम्हाला मुलं कमी जेवतात असे वाटत असेल तर सत्य एकच – 'अन्नाची किंमत कळलेली नाहीय' यावरचा उत्तम तोडगा म्हणजे मुलांना स्वयंपाकघरात या ना त्या मार्गे सामील करून घेणे.

स्वयंपाकघर आणि मुले

तुम्ही श्रीमंत-गरीब, स्त्री-पुरुष, नोकरांची फौज असलेले/नसलेले कसेही असा. स्वयंपाकघरात जा आणि मुलांना टेबलावर जेवण ठेवायला मदत करायला सांगा. अगदी दररोज नाही तरी आठवड्यातले ४-५ दिवस, प्रत्येक जेवणाच्या, खाण्याच्या वेळेस नाही तर दिवसातून एकदा तरी हे कराच. जेवण तयार होऊन टेबलावर येण्यासाठी काय कष्ट पडतात. ते कळण्यासाठी त्यांनी हे करायलाच हवे. असं केलेत की हळूहळू मुलांना त्याची जाणीव होऊ लागेल.

वय काहीही असो, मुलगा अथवा मुलगी असो, त्यांना आपापल्या ताट-वाट्या उचलायला लावा. टेबल आवरायला सांगा आणि हे अजिबात अवघड नाहीये. जगभरात मुले अशी कामं करतात. भारतीय मुलांनाच ही सवय नाही. मुलं अगदी लहान असतात तेव्हा त्यांना केर काढायचा असतो, लादी पुसायची असते. खेळ म्हणून घर स्वच्छ करायचे असते कारण काहीतरी हालचाली करणं मुलांना आवडते. त्यांच्यासाठी ते अगदी नैसर्गिक असते. मोठी होऊ लागली की त्यांना कळते की आपली आपण कामे करणे यात आकर्षक असे काही नाही. उलट त्यांना वाटतं की पैसा असला की आपण आपल्या शरीराला कसलीही तसदी देण्याची गरज नाही, नोकर-चाकर, तुमची कामे करतात. मग हळूहळू 'ॲक्टीव्ह' रहाण्याचे आकर्षण नाहीसे होते. उलट आपण अधिकार गाजवू शकतो ही भावना बळावते. नकळत आपण अनारोग्य आणि दु:खाची बीजे रोवतो.

याची तुलना आपण सुडौलपणा गगाबलेल्या शरीराशी करू शकतो. तुम्ही जर आततायीपणा न करता एकेक योग्य गोष्ट (व्यायाम, आहार इ.) करत गेलात तर परत सुडौल होऊ शकता. तसेच 'अन्नाची किंमत' घरातील सगळ्यांना कळेल असे वातावरण निर्माण केले पाहिजे आणि प्रत्येक कुटुंबियाने स्वयंपाकघरात आपले योगदान द्यायला हवे.

काही दिवसांमध्ये तुमच्या लक्षात येईल की मुले सावकाश आनंदाने व्यवस्थित जेवत आहेत. ताटात असेल त्याला न्याय देत आहेत याचे कारण त्यांचा स्वत:चा सहभाग या सर्व प्रक्रियेत आहे. म्हणजे बघा, कुठच्याही भारतीय आईला वाटते की आपलाच मुलगा सर्वोत्तम कारण तो तिचा स्वत:चा आहे. खरं म्हणाल तर थोडेसे शेतीविषयक शिक्षणही मुलांना द्यायला हवे. त्यांना अधूनमधून शेतावर न्यावे. प्रत्येक वेळेस पटकन खायला द्या. केळ हे सहज उपलब्ध असणारं भुकेवरचे रामबाण औषध आहे जे त्वरित भूकेचे शमन करते.

'भूक बदलती असते' ही अत्यंत महत्त्वाची गोष्ट जी तुम्हाला माहीत असायला हवी. ती ऋतू, हवामान, सुट्टी, ताण इ. अनेक गोष्टींवर अवलंबून असते. मुलांना पण भूक ओळखायला शिकवा. भूकेप्रमाणे कमी-जास्त खावयास द्या. सावकाश चावून खाणे महत्त्वाचे असल्याचे मनावर बिंबवा. मुले जेवत असताना फोन इ. वर न रहाता त्यांचे निरीक्षण करा. मुलांबरोबर जेवलात तर फार उत्तम. मुले कशी आणि किती जेवतात त्यावरून तुम्हाला मुलं उत्साहात आहेत, कंटाळलेली आहेत इ. गोष्टींचा अंदाज येईल. तुम्हीच ठरवलेत की मुलांनी अमुक इतक्या पोळ्या किंवा दुसरे काही खाल्ले पाहिजे तर समजा की तुम्हीच मुलांच्या जेवणाबद्दलच्या नाटकांना आमंत्रण देत आहात.

बालपणात मुलांना अधिकार नसतात असे म्हणू शकतो. त्यांना पालकांना नीट समजावून सांगता येत नाही.

१) उन्हाळा आहे म्हणून भूक कमी आहे.
२) मी खूप खेळलो त्यामुळे उलटीसारखे होतेय, आता मी काहीच खाऊ शकणार नाही.
३) थंडीमुळे कडाडून भूक लागली आहे.
४) माझी चुलत बहीण आली आहे, हसून हसून दंगा करून मस्त भूक लागली आहे.
५) माझे आवडते पदार्थ आहेत, कितीही खाऊ शकेन.
६) अगदी कंठशोष झाला आहे, थोडे पाणी पिऊन नंतर जेवेन इ.

पालकांना अधिकार असतात. तुमची इच्छा असली तर तुम्ही फक्त मुलांचे नीट निरीक्षण करा आणि त्यांचे त्यांना भुकेचा अंदाज घेऊ द्या.

मात्र मुलांना कळते की आपण थोडी लबाडी/खोटेपणा केला तर कामे सोपी होतात. मग तुम्ही जर त्यांच्यावर ठराविक प्रमाणात खाण्यासाठी जोर-जबरदस्ती

करत असाल तर मुले अशी लबाडी करण्यास उद्युक्त होतात मग तुम्हाला नमवायला त्या पुढील क्लुप्त्या वापरतील. (सगळ्या दिल्या नाहीयेत)

१) जर सॉस दिले तरच संपवेन.
२) आय पॅड/व्हिडिओ गेम पहायला दिला तरच खाईन.
३) जेवण संपवले तर चॉकलेट/आईस्क्रीम हवे.
४) ताट फेकून द्यायचे.
५) हुंदके देत रडणे, अबोला धरणे.

असे काही झाले तर होऊ दे. तुमच्या मुलांच्या या तक्रारींना शरण जाऊ नका. त्यांच्याशी गोड बोला. सांगा की भूक लागली की सांग, मग वाढते पाहिजे तर आपण एकत्र जेवू या. मात्र दुसरे काही वेगळे खायला मिळणार नाही, घरचे ताजे, आरोग्यदायी खायला हवे यावर ठाम रहा. तू आता मोठा/मोठी आहेस, व्यवस्थित खाणे ही तुझी जबाबदारी आहे. असं गोड शब्दात बोलणारी, ठाम आणि स्थिर राहणारी मामाई होती. तिने चार नातींना मोठे केलेय. आम्ही चौघी सुदृढ आहोत. आम्ही कधीही क्रॅश डाएट केला नाही आणि आमच्या स्वत:च्या शरीराविषयी आम्हाला अभिमान वाटतो, लज्जास्पद असे काही वाटत नाही. तुम्ही तिच्यासारख्या होण्याचा प्रयत्न करा. सौम्य तरीही ठाम.

करा सुरुवात, मी तुमच्या पाठीशी आहे.

***३) सत्य** – बसा, बाकी गोष्टी मनातून काढा, योग्य तऱ्हेने खाण्यासाठी तीन मंत्र.*
***भीती** – खाणे महत्त्वाचे, कसे ते महत्त्वाचे नाही.*

आपल्या मुलाला B12, D इ. मायक्रोन्युट्रीएन्ट्सची कमतरता नसेल तर कोणाला नाही आवडणार? पण त्याकरता आपली आहार परंपरा पूर्णपणे प्रत्यक्षात आणायला हवी. आपले स्थानिक, हंगामी, पारंपरिक अन्न नीट पचले तर अंगी लागते. यासाठी जेवताना-खाताना तुमची शारीरिक ठेवण कशी आहे ते पण महत्त्वाचे ठरते. रक्तप्रवाह पोटाकडे जाईल अशा रीतीने बसून जेवले तर अन्नपचन व्यवस्थित होते.

आयुर्वेदानुसार अन्नपचन व्यवस्थित नसणे हे सर्व ज्ञात आणि अज्ञात रोगांचे मूळ आहे. ऋतू बदलला की आजारी पडणे, बद्धकोष्ठता, चिडचिड ही अपचनाची काही मुख्य लक्षणे आहेत. आतड्यातील उपयुक्त बॅक्टेरियांच्या संख्येत घट, B12 आणि D व्हिटॅमिन्स शरीरात सात्म्य न होणे, थकवा जाणवणे, पाळीच्या

वेळेस त्रास होणे ही आणखी काही महत्त्वाची लक्षणे आहेत. चेहेऱ्यावर मुरुमे, कॉफी किंवा रेड बुल्ससारख्या गोष्टींचे व्यसन, अनिद्रा ही देखील आणखी काही लक्षणे आहेत. वयानुरूप ही लक्षणे कमी-अधिक प्रमाणात उद्‌भवतात. यावरचे उपाय इतके साधे-सोपे आहेत की वाचून तुम्ही दुर्लक्ष कराल. तरी मी प्रयत्न सोडणार नाहीये.

कसे खावे – तीन मंत्र

१) बसणे : जमिनीवर मांडी घालून सुखासनात बसणे. आपल्या सांध्यांच्या आरोग्यासाठी अशी मांडी घालणे उपयुक्त आहे. पाठीचा कणा ताठ रहाणे, पाठीच्या स्नायूंना काम मिळणे आणि कंबरेचे सांधे मोकळे होणे म्हणजेच स्थिरता, ताकद आणि स्नायूंना ताण मिळणे सगळे एका कृतीत साध्य होते. प्रार्थनेसाठी आणि ध्यानधारणेसाठी सुद्धा हीच शरीरस्थिती ठेवण्यास सांगतात यात नवल ते काय? कंबरेच्या सांध्यांची लवचिकता म्हणजे – ओव्हरीज, टेस्टीज आणि व्हजायना (अंडाशय, वृषण आणि योनी) यांना प्राणवायूचा पुरवठा होणे, खेळ-व्यायामानंतर शरीर त्वरित पूर्वपदावर येणे आणि पडण्याची, हाडे मोडण्याची, लीगामेन्ट्स (अस्थिबंधन) तुटण्याची शक्यता कमी होणे आणि अर्थात मांडी घालून बसले की रक्तपुरवठा पोटाकडे जास्त प्रमाणात वळून अन्नपचन नीट होते. म्हणजे सुखासनात बसण्याचे किती फायदे मिळतात ते पहा. एशिया, मध्य-पूर्व देश आणि आफ्रिकेत जेवायला असेच बसण्याची पद्धत असून त्यात लाज वाटण्यासारखे काही नाही. उलट तुम्ही याचा फायदा करून घ्यायला हवा. न्यूयॉर्कच्या 32nd street वर एक कोरिअन रेस्टॉरन्ट आहे. त्यांच्याकडे 'Sit and Eat' अशीच पद्धत असून त्या रेस्टॉरन्टची ती खासियत समजली जाते. प्रतिष्ठित, श्रीमंतांची मुले तुम्हाला नेहमी तेथे आढळतील. तर चला मग, त्या 'हाय चेअर' वरून मुलाला उतरवून खाली बसवा आणि खायला द्या.

२) मोबाईल इ. बंद ठेवणे : आय फोन, आय पॅड, मोबाईल इ. बंद ठेवा. खरं म्हणजे कायमच, पण जेवताना तरी नक्कीच! मोबाईल, टीव्ही इ. पाहताना खाणे हे लठ्ठपणाला आमंत्रण देते असे विज्ञानाने सिद्ध केलेच आहे. 'I Family study' नावाने एक अभ्यास केला गेला. त्यातील निरीक्षणे –

अ) मुलांच्या झोपण्याच्या खोलीतला टीव्ही म्हणजे भविष्यात कार्डिओव्हॅस्क्युलर आजारांची शक्यता.

ब) मुले जेवताना टीव्ही पहात असतील तर कोला, ज्युस, चॉकलेट शेक्स अशासारख्या पेयांची मागणी करतात.

क) टीव्ही बघत जेवणाऱ्या मुलींच्या मनात आपल्या शरीराविषयी अपूर्णता वाटते असे आढळून आले आहे.

ड) कौटुंबिक सलोख्यासाठी सातत्याने टीव्ही बघणे घातक आहे.

मग आता अशा साधनांवर दिवसातला किती वेळ घालवायचा? अर्ध्या तासाहून जास्त नाही (होमवर्क आणि असाईनमेन्ट्स सोडून) आणि जेवताना तर नाही.

जेवताना 'गॅजेट' वापरण्याचे मुख्य कारण – एवढे खाल्ले नाही तर मुलांची वाढ कशी होईल ही पालकांच्या मनातली भीती आणि मग तेवढे खाण्यासाठी पालकांनी केलेला अट्टाहास. पण हे थांबायला हवे. जेवणाची वेळ ही पोषणाची असते, करमणुकीची नाही आणि जेवताना दुसऱ्या ठिकाणी लक्ष असले की अन्नपचनावर हमखास दुष्परिणाम होतो.

३) ज्ञानेंद्रियांचा वापर : बाह्य रंगाला भुलू नका, अंतरंगाकडे लक्ष द्या. खरं म्हणजे संपूर्ण जीवन जगण्यासाठी असलेला हा धडा आपल्या आहार-परंपरेने आपल्याला दिला आहे. पण तो इतक्या सहज सोप्या रीतीने दिला आहे की, मोठे झाल्यावर आपण तो विसरतो. जेवणातील पदार्थांचे निरीक्षण करा, हातांनी खा, अन्नाचा वास घ्या, चावून चावून सावकाशपणे खा म्हणजे खाताना होणारा आवाज ऐकू येईल आणि जिभेला मिळणारी चवीची संवेदना ओळखा. हं! नुसते अन्नावर लक्ष केंद्रित करावयाचे. आजी नातवंडांना दुसरे काय सांगते? तुम्ही कधी खाल्लेल्या पुरणपोळ्या/मोदक/पुऱ्या यांची संख्या सांगितलीत तर म्हणेल किती खाल्ले ते मोजू नको, पोट भरेपर्यंत खा. सगळी ज्ञानेंद्रिये खाताना वापरली तर भुकेचे संवर्धन होते. थोडक्यात भूक असेल तेवढेच खावे आणि मुलांनी किती खायचे ते त्यांना ठरवू द्यावे.

शरीरविज्ञानानुसार 'लेप्टीन' नावाचे हार्मोन आपल्याला पोट भरल्याचा संदेश देत असते. मुलांनी किती खावे ते त्यांचे त्याने ठरवू दिले तर 'लेप्टीन' कार्यक्षम राहते. 'अकार्यक्षम लेप्टीन' हे स्थूलत्वाचे आणि इतर

नॉन कम्युनिकेबल डीसीजेसचे ज्ञात कारण आहे. मुले 'लेप्टीन' चा संदेश समजू लागली की त्यांना आपण मोठे होत असल्याचा आनंद मिळतो. भाव मिळाल्याने आत्मविश्वास प्राप्त होतो. 'बाह्यरंगाला भुलू नका, अंतरंगाकडे लक्ष द्या' हा संदेश इतका छान पद्धतीने मुलांपर्यंत पोहोचतो की आध्यात्मिक दृष्टीने बोलायचे तर आपली मूळ 'आनंदी' वृत्ती त्यांच्याकडे कायमस्वरूपी येते. पण सतत बाह्यगोष्टींवर लक्ष ठेवून त्यांना 'ताटातले संपवले नाही तर उंच, सुदृढ होणार नाही' असे सांगितले तर मुलांसाठी आपण 'अस्थिर, अपूर्ण' पाया दुर्दैवाने तयार करतो.

४) सत्य – रात्रीच्या जेवणात 'व्हरायटी' नको. जेवण रात्री आठ वाजेपर्यंत संपवणे.

भीती – रात्री जेवणात काहीतरी वेगळे इंन्टरेस्टींग ठेवले तरच माझे मूल नीट जेवेल.

मला हे परत परत सांगितल्याशिवाय राहवत नाही की, 'माझा मुलगा नुडल्स खातो, बाकी काही खात नाही' अशी संभाषणे व्हायला नकोत. हे सहज होऊ शकते. तुम्ही स्पष्ट ठाम नकार द्यायला हवा. आपल्याला पूर्वीपासून माहितीये त्यावर I family अभ्यासाने शिक्कामोर्तब केले आहे - मुले आरोग्यास अहितकारक असे खायला मागतात. तेव्हा ठाम नकार दिल्याने मुलांना पुढे कार्डिओव्हॅस्क्युलर डिसीजेस होण्याची शक्यता कमी होते. स्थूलत्व आणि इतर नॉन कम्युनिकेबल डिसीजेसपासून ती लांब राहतात. आपली मुले मोठी होऊन आनंदी, आरोग्यपूर्ण, सुदृढ व्हायला हवी असली तर आपण त्याना चांगल्या 'फूड एन्व्हायरन्मेन्ट' मध्ये ठेवायला हवे.

हजार, सॉरी, पाच वेगळे पदार्थ रात्रीच्या जेवणासाठी करणे याचा अर्थ –

१) तुमचा फ्रीझ मोठा असून त्यातील अन्नपदार्थ शिळे असतात.

२) तुमच्या कुटुंबियांमध्ये काहींना नॉन कम्युनिकेबल डिसीजेस आहेत. मुलांना या आजारांपासून लांब ठेवायचे तर त्यांना त्यांच्या आवडीच्या पदार्थांसाठी धीर धरायला शिकवा. कधी कधी इतरांच्या आवडीच्या भाज्या पण खायला हव्यात कारण –

अ) आपल्या आवडीची भाजी मिळाली की अत्यानंद होतो.

ब) कुटुंबातील इतर सदस्यांबरोबर विनातक्रार रहाण्याचे शिक्षण मिळते.

क) आवडीची भाजी नसली तरी इतर तोंडीलावण्यांबरोबर पोळी-भात खाता

येतो हा शोध लागतो. उदा. लोणचे, तूप, गूळ इ. जे मूल आहाराच्या बाबतीत अशी सर्जनशीलता दाखवू शकते, ते मूल जीवनात साध्या साध्या गोष्टींमधूनही आनंद घेऊ शकेल हे नक्की. तुम्हाला हेच हवे आहे ना?

आणि हो, कधी चाट किंवा पाव-भाजी किंवा तत्सम काही खायचे असेलच, तर ते ४ ते ६ या संध्याकाळच्या वेळेत ठेवा आणि मुलांना सांगा की, रात्री आठच्या सुमारास खिचडी/दही-भात खायचा आहे, तर त्या प्रमाणात खा.

'साखर टाळणे' म्हणजे चांगली 'फूड एनव्हायरन्मेन्ट' ठेवणे नाही. स्वच्छतेबाबत अतिरेकी आग्रह, प्रोटीन्स खाण्यासाठी तगादा लावणे म्हणजे सुद्धा 'फूड एनव्हायरन्मेन्ट' नाही. भारतात शहरी भागांमध्ये मुले रात्रीचे जेवण उशिरा घेतात, साधारणपणे ९-९॥ वाजता. यावर खरं तर आपण निर्बंध आणून ८ च्या आत जेवायला सांगावे. आपण नको त्या गोष्टींवर लक्ष केंद्रीत करतो.

जी मुले 'बोअरींग' जेवण रात्री लवकर घेतात, त्यांची वाढ झपाट्याने होते आणि ती सुदृढ होतात. याचे कारण त्यांना आरोग्यासाठी एका उत्तम पण दुर्लक्षिलेल्या गोष्टीचा लाभ मिळतो – निवांत झोप. उशिरा जेवले की, झोपायला उशीर म्हणजेच आरोग्याला अहितकारक. झोप महत्त्वाची नसती, तर उत्क्रांतीमध्ये तिचे उच्चाटन झाले असते. शेपटीचे महत्त्व नसल्यामुळे तिचे उच्चाटन झाले. निसर्ग काळजीवाहू आहे. त्याला माहितीय की झोप नीट झाली नाही तर मुलांची पूर्ण वाढ–मानसिक, शारीरिक, लैंगिक होणार नाही. मुलांमध्ये ॲलर्जीज, बद्धकोष्ठता, वरचेवर आजारपणे, शाळेत संथ प्रगती, चिडचिडेपणा अशी लक्षणे दिसली तर त्यांच्या झोपेकडे लक्ष द्या – खास करून ५ वर्षांच्या आतल्या आणि पौगंडावस्थेतील मुलांकडे – योग्य त्या उपाययोजना करा.

रतन टाटांकरवी खरडपट्टी

मी सिंगापूरहून मुंबईला 'बिझीनेस क्लास'ने येत होते. ('माईल्स' वापरून बरं का) माझ्या 'सीट'च्या मागच्याच 'सीट'वर एक गृहस्थ बसले होते. ते कुठच्या तरी 'डाएट'वर होते. सुरुवातीला त्यांनी पॉपकॉर्न मागितले. (पॉपकॉर्न्स, अल्कोहोल–मद्य, चॉकलेट, कॉफी कुठच्याही

डाएटमध्ये चालतं!) नंतर त्यांनी तक्रार केली की मोजून चौदा पॉपकॉर्न्स त्यांच्या बॉक्समध्ये होते. ते गृहस्थ मध्यमवयीन होते; पण वागणं एखाद्या अल्लड मुलाप्रमाणे होते. एअर होस्टेसेस/हवाई सुंदऱ्या एकामागोमाग एक येऊन त्यांचा 'मूड' चांगला करण्याच्या प्रयत्नात होत्या. 'मी आणखी एक पॉपकॉर्नचा बॉक्स देते' एकीने म्हटले. नंतर जेव्हा जेवण देण्यात आले तेव्हा त्यांनी दिलेली 'स्वीट डीश' नाकारून 'शुगर फ्री चॉकलेट मूस'ची मागणी केली. विमानात 'शुगर फ्री आईस्क्रीम' होते पण 'शुगर फ्री चॉकलेट मूस' नव्हते. हवाई सुंदरीने/एअर होस्टेसने दिलगिरी व्यक्त केली. 'मी ९०% डार्क चॉकलेट देऊ का?' एकीने विचारले. हे सगळे माझ्या सहनशक्तीच्या बाहेर जात होते. म्हणून मी विमानातील उपलब्ध असलेला एकमेव एकांत, वॉशरूममध्ये गेले. बाहेर आले तेव्हा प्रवाशांच्या चेहऱ्यावर हासू आणू पाहणारी एअर होस्टेस काऊंटरवर उभी होती.

मी तिला म्हटले, 'बस करा आता. तुम्ही इतके मनापासून काम करता. पण तुम्ही एखाद्या ग्राहकाला खूश करण्याकरता जीवाचा इतका आटापिटा करता तेव्हा इतर चांगल्या वागणाऱ्या ग्राहकांकडे दुर्लक्ष होते आणि त्याशिवाय 'नोकरदार स्त्रिया' म्हणून आपली प्रतिष्ठा पण जपली जात नाही.'

एअर होस्टेस कसंनुसं हसली आणि माझे म्हणणे बरोबर असल्याचे सांगितले. ती सांगू लागली, 'एकदा आमच्या फ्लाईटवर रतन टाटा होते आणि असाच तक्रारखोर प्रवासी होता. तो इथे उभा राहून आमच्याशी वादावादी करत होता. टाटा वॉशरूममधून बाहेर आले, त्यांनीही हे संभाषण ऐकले. टाटांनी त्याला सांगितले, 'भल्या गृहस्था, लक्षात ठेव हे रेस्टॉरन्ट नाहीये, फ्लाईट आहे. गृहस्थ म्हणाला, 'सॉरी टाटाजी. मला तुम्हाला त्रास द्यायचा नव्हता.' टाटा म्हणाले, 'मला त्रास झाला नाही. पण तुमच्याबरोबर रोज राहणाऱ्या माणसांबद्दल मला वाईट वाटतेय.'

काय मस्त खरडपट्टी! तीही कोणाकडून! पुढच्या वेळेस तुम्ही तुमच्या मुलांच्या विनवण्या कराल – 'काय बरं तुझ्यासाठी मस्तपैकी करू, तुझ्या आवडीचे सांग राजा' तेव्हा लक्षात ठेवा की बऱ्याच लांबवर असलेल्या टाटाजींना तुमच्यासाठी वाईट वाटतेय.

पालकांच्या मनात ठाण मांडून बसलेले मुख्य तीन गैरसमज

मी कुठच्याही शाळेत व्याख्यानाला गेले की मुलांना सांगते मी त्यांच्यासाठी

पुस्तक लिहित आहे आणि त्यात तीन महत्त्वाच्या गोष्टींचा ऊहापोह करणार आहे–

१) प्रोटीन मिळण्यासाठी डाळच खाल्ली पाहिजे असे नाही.

२) कॅल्शियमसाठी दूधच पिण्याची गरज नाही.

३) व्हिटॅमिन्ससाठी भाजी खाण्याची आवश्यकता नाही.

मुले इतकी आनंदी होतात की, टाळ्या वाजवतात. उड्या मारतात. आपण खाण्यासारख्या सहज समजणाऱ्या गोष्टीचा पुढील पिढीसाठी इतका बाऊ करून ठेवला आहे, पण असा बागुलबुवा उभा करण्याची खरंच गरज नाही.

वरील तीन गैरसमजांमुळे पालक मुलांना अक्षरश: जेरीस आणतात. भारतातील जवळजवळ प्रत्येक मुलाला हा पालकांचा जाच सहन करावा लागतो.

१) कॅल्शियमसाठी दूध

पालकत्व कठीण असते यात शंकाच नाही पण कोणीतरी आपल्यावर लक्ष ठेवून असताना दूधाचा ग्लास संपवणे हे त्याहीपेक्षा कठीण आहे. दूध प्यायल्यावर कोणीतरी पापी घेऊन 'गुणी माझं बाळ ते' असे म्हटल्यामुळे दूध पिणे सोपे होत नाही. आता शाळांमध्ये यासाठी एक शब्द आहे – चलाखी करणे. आपल्याला एखाद्या गोष्टीची पूर्ण माहिती नसेल तर आपल्याला इतर लोक चलाखी करून उल्लू बनवू शकतात. कॅल्शियम उंची, हाडांची मजबूती, आरोग्य यासाठी आवश्यक आहे का? हो. नक्कीच.

कॅल्शियम फक्त दूधातूनच मिळेल का? नाही. इतर खाद्यपदार्थांमधून कॅल्शियम मिळेल? हो, नक्की! दूध न पिऊन चालेल ना? हो, चालेल.

मुलांच्या आवडीचे असे अनेक पदार्थ आहेत की ज्यामधून त्यांना कॅल्शियम मिळेल. तिळाची चिक्की, बेसन लाडू, नाचणीची खीर किंवा डोसा. समस्या ही आहे की आपल्याला हे पदार्थ कॅल्शियमचा चांगला स्रोत आहे हे सांगितले गेले नाहीये. मूठभर सुकामेवा, उसळ, मिसळ, शेवग्याच्या शेंगा घालून केलेले सांबार इ. अनेक पदार्थ कॅल्शियमचा पुरवठा करतात. अनेक स्थानिक हंगामी भाज्या ज्या ठराविक सणांना खाल्ल्या जातात त्यामधूनही कॅल्शियम मिळते.

पण आपण स्वत:ला एखादा पदार्थ एखाद्या पोषक खाण्याशी जोडण्याची सवय लावून घेतली आहे. खरं म्हणजे कुठचाही पदार्थ बऱ्याच पोषक द्रव्यांचा पुरवठा करतो.

दुसरी चूक म्हणजे मुलांना आपण 'नॉन डेअरी' स्रोतातून दूध देण्याचा प्रयत्न करतो. उदा. बदाम. असे करण्याची खरंच गरज नाही.

दोन अत्यंत महत्त्वाचे भरपूर कॅल्शियम असणारे आहारीय घटक

१) नाचणी : मारुतीरायांचे आवडते अन्न म्हणून गणले जाते. मारुती हे शक्तीचे, आरोग्याचे दैवत मानले जाते. हाडांची घनता चांगली असली तर ताकद येते, जड वजने उचलणे शक्य होते. मारुतीने द्रोणागिरी पर्वत उचलून आणला होता ही गोष्ट आठवतेय का? असे समजले जाते की, हाडांची घनता चांगली असली तर स्वत:च्या वजनाएवढे वजन आपण उचलू शकतो किंवा गोष्टीत सांगितल्याप्रमाणे उडू शकतो. चला तर मग, आठवड्यातून किमान एकदा खायची सवय ठेवा – नाचणीचा लाडू, डोसा, खीर, भाकरी इ.

२) शेवगा : मला खात्री आहे की, तुम्ही सर्वांनी सांबारातली शेवग्याची शेंग खाल्ली आहे. आता शेवग्याच्या शेंगेला 'मोरींगा' या नावाने आधुनिक टच दिला आहे. हल्लीच मी जर्मनीला एका कोर्ससाठी गेले होते तिथे याचे महत्त्व 'फ्युचर फूड' 'भविष्यातील अन्न' म्हणून सांगितले गेले. 'फ्युचर फूड' म्हणजे अशी झाडे जी हवामान बदलांना तोंड देऊ शकतात आणि जगात वेगाने वाढणाऱ्या लोकसंख्येला चवदार, पोषक अन्न देऊ शकतात.

तुम्ही पूर्णपणे काय टाळायला हवे : प्रोटीन ड्रिंक्सच्या नावाने ज्या साखरेच्या पुड्या मिळतात त्या वापरू नयेत. या पुड्यांमुळे दुधाची चव आणि वास मारला जातो. असं करण्यापेक्षा दूध नाही दिले तरी हरकत नाही, निदान कॅल्शियमसाठी नको.

परंतु असे काही नैसर्गिक पदार्थ आहेत जे घातल्यामुळे दुधाची चव छान होईल आणि अधिक कॅल्शियमसुद्धा मिळेल उदा. बदाम, काजू, पिस्ता पावडर, केशर इ.

अत्यंत महत्त्वाचे – कॅल्शियमचे शरीरात शोषण

कॅल्शियम शरीरात सात्म्य व्हावे यासाठी गरज असते ती 'ॲक्टिव्हिटी' – शरीराच्या हालचाली आणि व्यायामाची. हे सुद्धा शाळेत शिकवायला हवे. रोजचे मैदानावर खेळणे, हाडांच्या मजबुतीसाठी महत्त्वाचे असते. फक्त कॅल्शियम नाही. शरीराच्या हालचाली, मैदानी खेळ हाडे मजबूत होण्यासाठी चालना देतात. म्हणजे अत्यावश्यक काय? मैदानातील खेळ, दूध नव्हे.

२) प्रोटीन्ससाठी डाळ

बरेचसे पालक मला सांगतात, 'हा/ही काहीसुद्धा खात नाही. किती अतिशयोक्ती

ही? जर तुमचे मूल काहीही खात नाही, तर दैनंदिन जीवन कसे शक्य होईल मुलाला? आपण आपल्या मुलांना 'न्युट्रिशनीझम'चे बळी बनवतो. डाळीत प्रोटीन आहे का? हो. फक्त डाळीतूनच प्रोटीन मिळते का? नाही. तुमच्या मुलाला डाळ नाही खाल्ली तर प्रोटीन्स मिळणार नाहीत का? नाही, अजिबात असं नाहीये.

आता बघा, साधारण दोन वर्षांची होईपर्यंत मुले वरण-भात खायला टाळाटाळ करत नाहीत. (डाळ आधी भिजवलेली असते आणि मुलांसाठी पातळ केलेली असते) साधारणपणे अडीच ते सहा-सात वर्षांपर्यंत त्यांना नैसर्गिकपणे डाळीची नावड उत्पन्न होते. याचे कारण असे की, डाळीमध्ये 'ट्रिप्सिन आणि कायमोट्रिप्सिन इन्हिबीटर' नावाचे एक अँटि-न्युट्रिएन्ट असते. (अ‍ॅन्टीन्युट्रिएन्ट – पोषणात अडथळा आणणारे) ट्रिप्सिन आणि कायमोट्रिप्सिन ही दोन एन्झाईम्स वाढत्या वयातील महत्त्वाच्या कार्यांसाठी आवश्यक असतात. ही कार्ये उतींची वाढ आणि दुरुस्ती, हाडे आणि सांध्यांना बळकटी देणे, सर्दी-तापाच्या दरम्यान होणाऱ्या कफाचे नियंत्रण इत्यादी. म्हणजेच तुम्ही जबरदस्तीने डाळ खायला लावता तीच प्रोटीन्स सात्म्य होण्यात अडथळा आणते आणि कदाचित या जबरदस्तीमुळे सुद्धा मुले वारंवार आजारी पडत असतील.

मुले चणा, मटकी इ. कडधान्ये खायला राजी असतात, कारण कडधान्ये भिजवली जातात, मोड आणले जातात आणि नंतर शिजवली जातात. या प्रक्रियेमुळे चव वाढते आणि पोषक द्रव्यांचे प्रमाण वाढते. मुख्य म्हणजे शोषणात अडथळा आणणारी रसायने निघून जातात.

खरी गरज आहे ती आपले नेहमीचे घरी शिजवलेले, ताजे, पारंपरिक अन्न देण्याची. यामुळे वाढत्या वयातील मुलांना सहजपणे प्रोटीन्स मिळतात.

शरीरात प्रोटीन्स तयार होणे आणि सात्म्य होणे यासाठी तीन गोष्टी महत्त्वाच्या.

१) वेळेवर, वरचेवर खाणे (यासाठीच शाळेत दोन सुट्ट्यांची तजवीज केलेली असते.)

२) हालचाली आणि खेळ (संपूर्ण शरीराला आव्हान देणारे खो-खो, कबड्डी, कांदाफोडीसारखे विस्मृतीत जमा होणारे खेळ उत्तम).

३) रात्री ठराविक वेळेला लवकर झोपणे.

या तीन गोष्टींची काळजी घ्या. मुलं भराभर वाढतील आणि निरोगी राहतील. बाकी सगळं बकवास आहे.

काही करून डाळ खायला घालायचीच असेल तर शिजवण्यापूर्वी किमान अर्धातास भिजवा. यामुळे 'अ‍ॅन्टिन्युटिएन्ट्स'ची पातळी कमी होईल आणि स्वतःला

बजावा की तूप-मीठ-भात आणि वरील तीन गोष्टींचे अवलंबन पुरेसे होणार आहे. एकदा आठवे वर्षं ओलांडले की मुलं आपोआप डाळ खाऊ लागतील.

३) हिरव्या भाज्यांमधून व्हिटॅमिन्स

मलाच अगदी मळमळत होते उलटी होईल की काय असे वाटत होते. माझी मैत्रीण बंगलोरच्या कॅफेत तिच्या आठ महिन्यांच्या बाळाला 'सॅलड ग्रीन्स' भरवत होती. मला बिचाऱ्या मुलाकडे पाहवतही नव्हते. ही मात्र अभिमानाने सांगत होती की, 'मी त्याला सगळं खायला शिकवले आहे'. मी कशीबशी हसले, पण मला तिचा गळा दाबावा असे वाटत होते.

काही पालक डाळीत प्रोटीन आहे असं म्हणत आपले मूल सदा उपाशी असल्याचे मानतात. तसेच काही पालक 'पालकाच्या भाजीत लोह-आयर्न आहे असे म्हणून रात्रीच्या जेवणात मात्र 'व्हरायटी' करत असतात. व्हरायटी – वेगळे काहीतरी म्हणजेच जे स्थानिक, पारंपरिक नाही असे खाणे. ते कधी पास्ता, कधी टॉर्टीला, कधी Sue – तर कधी पाव-भाजी वेगवेगळ्या भाज्या वापरून करतात. मग आपण नेहमीचे जेवण न शिजविल्यामुळे आलेल्या अपराधी भावनेला कमी करण्यासाठी कसलेसे हेल्दी सॅलड बनवितात– बरेचदा कच्चे, न ओळखता येणाऱ्या भाज्यांचे एखाद्या मोठ्या सॅलड बाऊल मध्ये.

सत्य मात्र अबाधित राहील. – तूप-गूळ-पोळी, वरण-भात, लोणचे, खिचडी-पापड, पोहे, पराठे इ. पदार्थ व्हिटॅमिन्स आणि खनिजांचे स्रोत म्हणून शिकविले गेले नाहीत, पण ते आहेत आणि या बाबतीत अनभिज्ञ असलो तरी सत्य बदलणार नाही आणि ही व्हिटॅमिन्स् आणि खनिजे या पदार्थांतून सहज सात्म्य होण्याच्या अवस्थेत असतात.

हिरव्या पालेभाज्या आणि कच्च्या भाज्यांमध्ये देखील डाळीप्रमाणेच 'अँटीन्युट्रीएन्टस्' असतात, जी व्हिटॅमिन्स आणि खजिनांच्या शोषणात अडथळा निर्माण करतात. मुलांमध्ये असलेली, जिजीविषा (जगण्याची प्रबळ इच्छा) त्यांना 'सॅलड' खाण्यापासून रोखते, पण तुम्ही मात्र बळजबरी करता आणि मुले बिचारी वरचेवर आजारी पडू लागतात. ॲलर्जीज निर्माण होतात. पारंपरिक पद्धतीने योग्य ते मसाले, फोडणी, कधी दाणे-काजू इ. घालून व्यवस्थित शिजविलेल्या भाज्यांमध्ये 'ॲन्टिन्युट्रिएन्ट्स'चे प्रमाण कमी होते आणि व्हिटॅमिन्स, खनिजे शरीरात शोषली जातात. तसेच काही मूलभूत नियम सुद्धा पाळायला हवेत. उदा.

हिरव्या पालेभाज्या पावसाळ्यात न खाणे. मुले पाच वर्षांची झाली की घरात केलेल्या प्रत्येक पदार्थाची एखादा चमचाभर खाऊन चव बघायला सांगायची. यामुळे त्यांच्या ताटातील पदार्थांमध्ये वैविध्य येईल आणि त्यांना जबरदस्ती केल्यासारखे वाटणार नाही.

आता अजून तुम्ही 'व्हिटॅमिन' आणि 'खनिजांबद्दल'ची हटवादी भूमिका सोडणार नसला तर सांगते – सगळे पारंपरिक हलवे, लाडू, वड्या यामध्ये व्हिटॅमिन आणि खनिजे असतात. खरं म्हणजे हे अधिक चांगले स्रोत आहेत. कारण त्यामध्ये 'इसेन्शिअल फॅट्स' असतात. इसेन्शिअल फॅट्स तुपात, सुक्यामेव्यात असतात जे गोड पदार्थ करताना हमखास वापरले जातात. या फॅट्समुळे A, D, E, K व्हिटॅमिन्स शरीरात शोषली जातात. सॅलड्स आणि सूप्स दैनंदिन आहारात गरजेची नाहीत, त्यामुळे फक्त रोजची मुलांची कटकट आणि तुमची डोकेदुखी मात्र वाढेल.

मनालीमध्ये ब्रोकोली

वातावरण बदलाचा परिणाम जगात सर्व जागी जाणवत आहे. पिकांच्या वाढीवर तो प्रकर्षाने जाणवतो. मनाली किंवा सिमलासुद्धा आता सफरचंदांचे मोठे उत्पादक राहिलेले नाहीत. मनालीत तर फारच कमी सफरचंदांचे उत्पादन येते. सफरचंद हे नगदी पीक असल्याने जंगलतोड करून अधिक सफरचंदांची झाडे लावली गेली, तापमान वाढले आणि उत्पादन घटले. आता मनालीच्या बऱ्याच वर असलेल्या लाहोलमधील केलाँग येथे सफरचंदांचे चांगले उत्पादन होते.

मनालीत सफरचंदांच्या झाडांमधल्या मोकळ्या जागेत पूर्वी स्थानिक भाज्या पिकवल्या जात होत्या किंवा जंगली वनस्पती वाढत असत. आता मात्र या ठिकाणी ब्रोकोली किंवा तत्सम 'इंग्रजी भाज्या' लावल्या जातात. दिल्लीतल्या प्रतिष्ठितांसाठी पिकवलेल्या भाज्या मनालीच्या प्रदूषणात भर घालताहेत. मनालीतील हवा, पाणी, माती, रासायनिक कीटकनाशके आणि खते यामुळे बिघडत चालली आहे. मनालीत आता लोकांना स्थानिक भाज्या मिळत नाहीत. एवढंच नव्हे, तर 'कोद्रा'सारखे धान्य मिळत नाही आणि एवढं करून मोठ्या शहरातले लोक जादू केल्यासारखे ब्रोकोली खाऊन सडसडीत, निरोगी होत नाहीत ते नाहीतच.

महत्त्वाचे – मसालेदार पदार्थ खाणे

बेचव खाण्याला आपण अकारण प्रतिष्ठा जोडून ठेवली आहे. ब्रिटीशांनी भारतावर मसाल्याच्या पदार्थांसाठी स्वारी केली आणि मग इतिहास घडला. सध्या यु.के. मध्ये हळद-दूध 'टरमरीक लाट्टे' नावाने विकले जातेय, तर अमेरिकेत दालचिनीचा, बडीशेपेचा चहा ढोसला जात आहे. युरोपियन युनिअनला मिरच्यांच्या औषधी गुणधर्मांचा शोध लागला आहे. आपण मात्र मुलांना मिळमिळीत भाज्या, सूप्स् खायला घालायच्या मागे आहोत.

भारतीय स्वयंपाकात ज्या पद्धतीने मसाले वापरले जातात, त्यामुळे अन्नाचा स्वाद वाढतो, औषधी गुणधर्म वाढतात आणि पोटातील उपयुक्त जीवाणूंचे प्रकारही वाढतात. म्हणून मसाल्याचे पदार्थ स्वयंपाकात वापरायलाच हवेत. जितके ताजे मसाले घालू, तेवढे चांगले. मुलांना मसाले ओळखता यायला हवेत. पदार्थ तोंडात घातला की कुठचा मसाला त्यात वापरला आहे हे कळण्याइतपत त्यांची क्षमता विकसित व्हायला हवी. मुलांना घडवण्यात या गोष्टीही महत्त्वाच्या ठरतात.

कोणाकडे पाहुणे म्हणून मुले गेली तर समजा, एखादा पदार्थ जास्त तिखट, खारट इ. झाला असेल तर काय करायचे हे पण त्यांना शिकवावे. खूप तिखट आहे, थोडे मीठ घाला. तरीही तिखट लागत आहे? थोडं लिंबू पिळा. खारट आहे? थोडे लिंबू पिळा आणि चिमूटभर साखर घाला, खूप गोड आहे? थोडी साखर खा. असे मुलांना खाण्याचे प्रशिक्षण द्यावे. आपल्या पसंतीची चव कशी येईल ते त्यांचे त्यांना कळायला हवे. पाहुणा म्हणून कोणाकडे गेले तर कसे वागावे हे पण मामाईने मला शिकविले– आपलं घर हगून भर, दुसऱ्याचे घर थुकीला डर.

बाहेरच्या जगात मुलांना खूप आव्हाने पेलायची आहेत – मसाले इ. तुलनेने अगदी फुटकळ गोष्टी आहेत. मुलांना अन्नाची किंमत कळायला हवी. म्हणजे मुले हसत-खेळत मोठी होतील. कधी कोणी आग्रहाने वाढले तर एखाद्या दिवशी चालते, त्याचा आनंद घ्या. पाहुणे म्हणून कुठे गेले की, त्यांनी शिजवलेल्या पदार्थांचे कौतुक करा. आनंदी रहाण्याची ही गुरुकिल्ली आहे आणि आनंदी मुले निरोगी, सुदृढ असतात.

•

प्रकरण – २

मुलांकरिता आहाराची योग्य निवड

२०१५ च्या आदल्या संध्याकाळी मी चौदा वर्षे वयाच्या तीस मुलांबरोबर मनालीजवळ असलेल्या नग्गर नावाच्या छोट्या खेड्यात होते. माझ्या नवऱ्याच्या 'न्यु इअर ट्रीप'साठी ही मुले आली होती. ट्रीप दरम्यान त्यांनी 'स्किईंग (बर्फावर घसरणे), ट्रेकिंग इ. गोष्टी केल्या होत्या. मी दोन दिवसांसाठी त्यांच्या ट्रीपमध्ये सामील झाले होते. चौदा-पंधरा हे खरंच अडनिडं वय असतं. मला २०१५ मध्ये ते जास्तच अवघड वाटलं. जशी वर्षं पुढे जात आहेत तसं ते आणखी कठीण होतेय. शरीराची वाढ झालेली असते, पण मनं कोवळी असतात, मुलांची निरागसता अजून टिकून असते.

या ग्रुपमध्ये पाच शिक्षक होते. मोबाईल फोन ट्रीपला न नेण्यासंबंधी शाळेचे धोरण कडक होते. मी तिथे असताना शिक्षकांनी रात्रीच्या वेळेला मुलांच्या बॅग्ज तपासल्या. पहिल्या दिवशी दोन आणि दुसऱ्या दिवशी दोन असे एकूण चार मोबाईल फोन्स सापडले. शाळेचे कडक धोरण मुलांच्या अकारण काळजीपोटी पालकांनीच डावलले, खरे म्हणजे शिक्षक व्हॉट्स ॲपवर सातत्याने मुलांची आणि एकूण सहलीविषयी 'अपडेट्स' देत होते. एका मुलाने शिक्षकांना सांगितले, 'आम्ही फक्त फोटो काढण्यासाठी मोबाईल वापरत आहोत.' 'सॉरी, त्याला पण परवानगी नाही.' पूर्वी पालक शाळेच्या धोरणांच्या उलट काहीही करण्यास मुलांना प्रोत्साहित करत नव्हते. तसेच फोनचा उपयोग कॅमेरा म्हणून होत नव्हता. मी जीपीला म्हटले, 'कठीण आहे रे हे' तो म्हणाला, 'शिक्षकांसाठी ना?' (त्याचे आई वडील सरकारी शाळेत शिक्षक होते). मी म्हटले, विद्यार्थ्यांसाठी, जरी माझेही अर्धेअधिक कुटुंब शिक्षकी पेशात आहे.

मग खाण्या-पिण्याविषयी पण काहीसा असाच गोंधळ! 'जंक फूड'ला परवानगी नव्हती. शाळेचे, त्याचप्रमाणे 'कनेक्ट विथ हिमालया'चे ही असेच धोरण होते.

खाकरा, ठेपला इ. पदार्थांना मज्जाव नव्हता आणि तसेही हिमाचल प्रदेशात ताजे अन्न सहज उपलब्ध होते. पण तरीही शिक्षकांनी फोनसाठी छापा घातला तेव्हा बिस्कीट्स, चिप्स, वेफर्स, चॉकलेट्स असे पदार्थ सापडले. असे नाही की, मुले असे पदार्थ खाण्यास उत्सुक होती – ती मुले चांगलीच हुशार, स्मार्ट होती, पण त्यांना याबाबतीत फारशी माहिती नव्हती. आता पालकांचा दृष्टिकोन बदलला आहे. जर त्यांना इथले अन्न पसंत पडले नाही तर मुले भुकेली राहू नयेत म्हणून पालकांनीच ही तजवीज केली होती. नकळत आपण मुलांना ग्राहकासारखे वागवतो. नेहमी त्यांना खूष ठेवायचा प्रयत्न करतो, त्यांची करमणूक करत राहतो, त्यांच्या परवानग्या घेत बसतो. खरंतर या मुलांचा (१३ ते १८ वर्षे वयाचा) मेंदू पूर्ण विकसित झालेला नसतो. त्यामुळे ही मुले मग थोडी-फार लबाडी/चलाखी करतात आणि मग पालकांनाच भोगावे लागते.

स्किईंगसाठी पुरेसा बर्फ नव्हता अशी तक्रार मुले करत होती. पिण्यासाठी स्वच्छ पाणी हॉटेल पुरवत होते तरीही मुले 'मिनरल वॉटर' पीत होती. हिमाचली पदार्थ अति मसालेदार असल्याचीही भुणभुण होतीच (हिमाचली पदार्थांना चांगला स्वाद असतो, ती मसालेदार नसतात). दुसऱ्या दिवशी रात्री जेवणाच्या टेबलवर मुलांना माझे तीस मिनिटांचे बौद्धिक ऐकावे लागले. आजूबाजूचे दृश्य अप्रतिम होते. नग्गर कॅसलच्या जेवण्याच्या हॉलमध्ये आम्ही बसलो होतो. दोन्ही बाजूला बर्फाच्छादित शिखरे, रुंद खोरी आणि खालून बिआस नदी वाहात होती आणि या 'गरम खून' असलेल्या मुलांना पीझा, नूडल्स किंवा किमान पावभाजी तरी खायची होती. मी त्यांना बरेच काही सांगितले. त्यातल्या मुख्य गोष्टी –

- श्रीमंती असणे ही कशी समस्या होऊ शकते पहा. तुम्हाला इतक्या सुंदर जागी येण्याची संधी मिळाली ही किती मोठी गोष्ट आहे, पण तुम्ही मात्र बर्फ कमी असल्याची तक्रार करत आहात.
- चॉकलेट्सनी पोट भरणे हे कसे आणि किती चुकीचे आहे आणि जेवण्याऐवजी चॉकलेट खाल्ले तर हानी होते हे समजावले. चॉकलेट कंपन्यांमध्ये गरीब देशांमधील गरीब मुलांना कामाला लावतात आणि त्यांचे बालपण हिरावले जाते.
- मुली वजन कमी करण्यासाठी 'ब्लॅक कॉफी' साखर न घालता पितात. ब्रेकफास्ट घेत नाहीत. अशा मुलींची मला दया येते. बिचाऱ्या शरीराची वाढ होऊ देत नाहीत. मुलींमध्ये असा आत्मविश्वास हवा की, त्यांना

लठ्ठ म्हणून न स्वीकारणाऱ्या मित्रमैत्रिणींशी त्यांनीच मैत्री तोडावी.

- 'केचप' किंवा 'सॉस' मध्ये कुठचीही पोषक द्रव्ये नसतात. इतर सगळ्या चवींना मारक असा सॉस हिमालयातील चविष्ट अन्नाची चवही बिघडवतो.
- आता चौदा वर्षांचे वय झाल्यावर मुलांनी विचार करावा की, पाण्याच्या प्लॅस्टिकच्या बाटल्या रिकाम्या केल्यावर कुठे जाणार? आपल्या देशाची किंवा जगाची त्याचा पुनर्वापर करण्याची क्षमता आहे का?
- कसे 'मिनरल वॉटर' आणि 'कोला' कंपन्यांनी पृथ्वीवरील पाण्याचे साठे कमी करायला घेतले आहेत. विकसनशील देशांमधील पाण्याचे साठे वापरण्यात येतात. तीन ते सात लीटर उपलब्ध पाण्यापासून एक लीटर 'मिनरल वॉटर' किंवा 'कोला' बनवितात. ही अक्षरश: एक प्रकारची पर्यावरणाची चोरी आहे.

मी बोलत सुटले आणि मुले अगदी शांतपणे ऐकत होती. तिथे बसलेले एक गृहस्थ हे माझे अन्नपुराण ऐकत होते. त्यांची बायको आणि दोन मुले, दहा वर्षांच्या आसपास वयाची, त्यांच्याबरोबर होती. त्यांनी माझे बोलणे संपल्यावर उठून टाळ्या वाजविल्या. मी त्यांना धन्यवाद दिले. नंतर आमच्या पूर्ण ग्रुपने टेबलवर दिले गेलेले हिमाचल पद्धतीचे जेवण आनंदाने खाल्ले.

दुसऱ्या दिवशी एक शिक्षक मला येऊन म्हणाले, 'खूप बरं केलेत तुम्ही सांगितलेत ते. आम्ही वारंवार सांगतो पण मुले या कानाने ऐकून त्या कानाने सोडून देतात. दुसऱ्या दिवशी कोणी 'मिनरल वॉटर'ची पण खरेदी केली नाही. एका मुलाने दुसऱ्या दिवशी मुद्दाम येऊन सांगितले, 'मॅम, आम्हाला कळत नाही असे नाही, पण बदल पटकन होणार नाही, पण आम्ही चॉकलेट्स मात्र सोडणार. मला अगदी भरून आले. मी आनंदाने नाचले असते, रडले असते, पण मी तसे केले नाही. कारण मी कोकणस्थ आहे. मी मान डोलावून म्हटले. 'माहितीये मला' पौगंडावस्थेतील मुलांना नावे ठेवणाऱ्या लोकांनी त्यांच्यासोबत कधीच वेळ घालवलेला नसतो हे खरे.

आरोग्यास अपायकारक अन्नपदार्थ कसे ओळखाल?

पालकांच्या मार्गदर्शनाच्या अभावी किंवा खरं म्हणजे पालकांना याबाबतीत असलेला गोंधळ, शाळांचा आरोग्याकडे पहाण्याचा एकमार्गी दृष्टिकोन आणि 'फूड कंपनी'तर्फे खरेदीच्या बदल्यात दाखविण्यात येणारी पॅरिस सहलीसारखी

आमिषे पाहिली, तर आपल्या आरोग्याला काय हितकारक आहे ते आपण कसे ठरविणार? खरं म्हणाल तर ते इतके कठीण नाहीये. एकदा समजून घ्या. फक्त तुम्ही सर्वांनी रहस्यकथा वाचल्या आहेत किंवा सिनेमे पाहिले आहेत. बरोबर ना? म्हणजे 'प्लॉट' कसा बनतो ते तुम्हाला माहिती आहे. आता मी तुम्हाला सांगते काय विकत नाही घ्यायचे, काय नाही खायचे आणि कुठचे बक्षीस नसते.

१. भारतभर किंवा जगभर कुठेही याचे पॅकेट उपलब्ध आहे? म्हणजे उत्पादन प्रचंड प्रमाणावर आधीच झालेले आहे.

२. पॅकेटवर कुठच्या ना कुठच्या तरी शरीरातील अवयवाचे चित्र असते. उदाहरणार्थ मेंदूचे, हृदयाचे, स्नायूंचे जे तुमचे लक्ष वेधून घेते आणि सूचितही करते की तुम्ही पुरेसे उंच/मजबूत/स्मार्ट नाही.

३. अमुक एखादे पोषक द्रव्य भरपूर प्रमाणात आहे असा दावा करते? आयर्न, प्रोटीन, फायबर, व्हिटॅमिन डी? हे क्रमिक पुस्तकातील/पाठ्यपुस्तकातील न्युटिशनीझम आहे. (याबाबतीत पहिल्या प्रकरणात लिहिले आहे ते वाचा किंवा आई-बाबांना विचारा.

४. फूड कंपनीचे एखादे उत्पादन घेतले तर त्याच्या बदल्यात एखादं खेळणं मिळत आहे का? किंवा आय पॅड किंवा एखादी फुकट परदेशवारी? अनेक देशांमध्ये असे करण्यास फूड कंपन्यांवर कायद्याने बंदी घातली आहे. मुलांचे संरक्षण करण्यासाठी अशी पावले त्या देशांनी उचलली आहेत.

५. तुमचा आवडता क्रिकेटपटू अथवा नट/नटी या उत्पादनाची जाहिरात करत आहे का? एखाद्याचे शरीर सुदृढ निरोगी असेल तरच ती व्यक्ती अशा जाहिरातीसाठी निवडली जाते. असे शरीर असलेली व्यक्ती साहजिकच 'जंक फूड'पासून लांब असते. तेवढी शारीरिक, मानसिक शक्ती त्या व्यक्तीने विकसित केलेली असते. तुम्हाला एक गुपित सांगू? जाहिरातीच्या चित्रीकरणाच्या दिवशी सुद्धा त्या व्यक्ती तो पदार्थ खात नाहीत. तो फक्त खाण्याचा, पिण्याचा अभिनय केलेला असतो. घशाखाली एकही थेंब ते उतरवू देत नाहीत. त्यांच्या व्यवसायापूर्ततेपायी ते अशा जाहिराती करतात.

वरीलपैकी तीन गोष्टी एखाद्या अन्नपदार्थाला लागू होत असतील तर समजा हे समाजहितासाठी नसून कंपनीच्या फायद्यासाठी आहे, तुमच्या आरोग्याला घातक, पर्यावरणाला मारक आणि आपल्या स्थानिक लोकांच्या अर्थकारणाचं खच्चीकरण करणारे आहे.

सर्व प्रकारचे ज्युसेस (फळांचे रस), सिरिअल्स, कोलाज, बिस्किट्स (फायबर रीच असली तरी), चिप्स (मल्टीग्रेन – मिश्रधान्य, बेक–ओव्हनमध्ये भाजलेल्या सुद्धा) याच प्रकारात मोडतात. तसेच बर्गर्स, पिझ्झाज, आईस्क्रीम्स, सॅन्डविचेससुद्धा यातच आले. हे उद्योग आपण नव्या नोकऱ्या उपलब्ध करत असल्याचा, गरीबांना मोफत शिक्षण देण्याचा कांगावा करत असतात. हे सगळे आपले लक्ष दुसरीकडे वळविण्यासाठी केले जाते. ते फक्त फायदा पहातात – तुमच्या आरोग्याची त्यांना काळजी नसते. आपल्या पर्यावरणाला – जंगल, पाणी, सुपीक जमीन यांना धक्का पोहोचतो आणि स्थानिक लोकांचे आर्थिक निर्बलीकरण होते.

सुप्रसिद्ध व्यक्तींची पसंती आणि प्रसारमाध्यमांचा प्रभाव

तुम्हाला समजायला हवे की काही व्यवसायातील यशस्वी लोक – उदा. क्रिकेट, अभिनय इ. प्रसिद्धीच्या झोतात येतात. याचा अर्थ असा नव्हे की या क्षेत्रात काम करणारी माणसे भावनाशून्य, संवेदनाहीन असतात. विराट कोहलीने पेप्सीको कंपनीशी परत करार करण्यास नकार दिला. यासाठी त्याचा उदो उदो व्हायला हवा होता.

सर्वप्रथम या प्रसिद्ध व्यक्तींना आपण दोषी ठरविण्यात अर्थ नाही. कारण शेवटी प्रसिद्धी कोणाला नको असते? जंक फूड इन्डस्ट्री, सरकार, सरकारी धोरणे अशा अन्नपदार्थांच्या विक्रीस मुख्यत्वे करून जबाबदार असतात. त्यांच्यापर्यंत आपला आवाज पोहोचायला हवा. जाहिरात करणाऱ्यांना पैसा भरपूर मिळतो हे खरं आहे तरी फक्त त्यांना यासाठी जबाबदार धरता येणार नाही. समाजातून प्रखर विरोध झाला की ही मंडळी जाहिरातींपासून लांब राहतील.

प्रसारमाध्यमांचा खूप सुळसुळाट झाला आहे. कोणी काही पोस्ट टाकते, ती फॉर्वर्ड होत राहते आणि हे खूप प्रभावी माध्यम आहे. त्यात येणारी माहिती किती खरी, किती खोटी (पैसे देऊन जाहिरात) हे कळणं अवघड आहे. मासिकांच्या मुखपृष्ठावर दिसणारे, बी युवरसेल्फ सारख्या मोहिमा, फोटो शूट्स या मागे काहीतरी विकायचे असते. त्यात भोळ्या-भाबड्या जनतेचे नुकसान होते. तुम्ही कोणाला ऑनलाईन फॉलो करत असाल तर त्याची सत्यासत्यता पारखा आणि मग निर्णय घ्या.

काय खावे ते ठरविण्याचे तीन निकष

हं, मग तुम्ही काय बरं खाऊ शकता? उत्तर सोपे आहे. पुढे दिलेले तीन निकष लावून निर्णय घ्या.

१) 'आजी' या कसोटीला तो पदार्थ उतरतो आहे का? याचे दोन भाग आहेत.

अ) तुमची आजी 'अन्न' म्हणून ओळखते का?

ब) आजीने ती तुमच्या वयाची असताना तो पदार्थ खाल्ला होता का?

तुमची आजी ओट्स, पास्ता, ब्राऊनी, डोनट इ. अन्नपदार्थ म्हणून आज ओळखत असेल पण तिने तुमच्या वयाची असताना हे खाल्ले होते का? आजीला तुम्ही तिच्या विश्वात येईपर्यंत हे पदार्थ माहिती सुद्धा नसतील. कदाचित तुमच्याखातर ती हे पदार्थ आणतही असेल पण तिने त्याची चव पाहिली नसेल किंवा पुढेही ते चाखायची तिची इच्छा नसेल. म्हणून आजीशी बोला. आजी नसेल तर तिच्या वयाच्या स्त्रीशी बोला. शाळेत आजी-आजोबा दिवस ठेवायला सांगा जेव्हा तुम्ही अन्नाविषयक चर्चा करू शकाल.

२) पदार्थाला स्थानिक नाव आहे का?

उत्तर होकारार्थी असेल तर तो पदार्थ तुम्ही राहता तेथील स्थानिक आहे. तुमच्या आसपासचे वातावरण त्याला पोषक आहे आणि म्हणून तो पदार्थ तुमचेही पोषण करेल. पर्यावरणाचा तोल राखला जाईल कारण त्या पदार्थाला तुमच्या ताटात येण्यासाठी प्रवास करावा लागलेला नाही. तुमच्या आरोग्याला हा उपकारक आहेच, त्याशिवाय पर्यावरण, स्थानिक अर्थकारण यांचेही तो रक्षण करेल.

या पदार्थाची नीटशी माहिती तुम्हाला किंवा तुमच्या आई-वडिलांना नसेलही कारण त्याविषयी फारसे लिहिले गेले नसेल आणि पाश्चिमात्त्यांनी त्याचा 'सर्वरोगहारक' म्हणून उदो उदो केला नसेल. डिंकाचे, अळीवाचे लाडू, राजगिऱ्याची चिक्की, कोद्रा रोटी, कोकम सरबत, मोरावळा, मुरंबा इ. पदार्थ याची काही सहज आठवण्याजोगी उदाहरणे आहेत.

याउलट असेही काही पदार्थ सहज डोळ्यासमोर येतील ज्यांचे महत्त्व आरोग्य, पर्यावरण, स्थानिक अर्थकारण यासाठी शून्य आहे. उदा. किनोवा, क्रॅनबेरीज, किवी, केल, सोयाबीन, ब्रोकोली, रुकोला इ. स्थानिक भाषेत काय नावे आहेत या पदार्थांची? हा प्रश्न विचारला गेला पाहिजे आणि खरे उत्तम अन्नपदार्थ कोणते? तर असे की ज्यांना स्थानिक नावे आहेत पण इंग्लिश नावे नाहीत. अशा पदार्थांना UNFAA (युनायटेड नेशन्स फूड अँड ॲग्रीकल्चर असोसिएशन)

NUS (निगलेक्टेड अँड अंडरयुटीलाईज्ड स्पीशीस) असे वापरात असतात. हे पदार्थ पोषणाच्या दृष्टीने खूप चांगले असूनही स्थानिक लोकांना त्याची किंमत नसते. याचे कारण या पदार्थांबद्दल असलेली अपुरी माहिती आणि ते खाण्यामध्ये असलेली कमीपणाची, अप्रतिष्ठेची भावना. हे पदार्थ मुख्यत्वे एशिया, आफ्रिका आणि दक्षिण अमेरीकेचे आहेत. श्रीमंत प्रतिष्ठित लोक असे पदार्थ श्रीमंत देशांमध्ये नेऊन 'नावीन्य पूर्ण' पदार्थ म्हणून नावाजतात आणि मग दुनिया त्या पदार्थांच्या मागे धावते. 'इंडियन सुपरफूड्स' या माझ्या पुस्तकात सविस्तर लिहिले आहे पण पटकन आठवतात उदाहरणे टरमरीक लाटे, हळद-दूध (भारत), किनोवा (दक्षिण अमेरिका), रूईबॉस टी (आफ्रिका)

३) हे पदार्थ बहुपयोगी आहेत का?

आरोग्यदायी पदार्थ खूप वेगवेगळ्या पद्धतीने वापरले जातात आणि हीच त्या पदार्थाची जमेची बाजू असते. शाळेचे मैदान जसे आपण धावायला, वार्षिक स्नेहसंमेलनाला, प्रदर्शने भरवायला वापरू शकतो तसेच हे पदार्थ. किंवा तुम्ही तुमच्या आजोबांबरोबर कसे फिरू शकता, खाऊ-पिऊ शकता, थट्टामस्करी करू शकता! थोडक्यात काय माणसे किंवा पदार्थ जर बहुआयामी असतील तर त्यांचे महत्त्व जास्त असते. 'सुपरफूड'ची व्याख्याच अशी आहे की जे विविध प्रकारे वापरता येते. बाकी सर्व पदार्थ व्यापारी दृष्टिकोनाने पाहिले जातात.

माझी 'ऑक्सफर्ड'मधली मुलगी

माझे अर्थशास्त्रातील जे थोडे बहुत ज्ञान आहे ते माझ्या एका ऑक्सफर्डमध्ये शिक्षण घेणाऱ्या क्लाएन्टमुळे. तिचा पूर्ण वर्ग बुद्धिमान उत्साही मुलांचा आहे ज्यांचे लक्ष एकाच वेळी वस्तुस्थिती आणि सृजनशीलतेत गुंतलेले असते. तिचा 'डाएट रिकॉल' सुद्धा वाचनीय असतो. स्वत:च ती 'डाएट रिकॉल' वरून पुढच्या दिवसाचे, आठवड्याचे, पाळीच्या वेळेचे अनुमान काढू शकते. मला खूप आश्चर्य वाटते. तशा तिने मला २-३ गोष्टी शिकविल्या पण तिच्या रूममेट्स बद्दल जे तिने सांगितले ते फारच मस्त होते. दोन इटालियन मुले तिच्या सोबत होती. तिला चिडवायला मी म्हटले. 'वा! नशिबवान आहेस ग, पिझ्झा-पास्ता मजा आहे बाई!' ती म्हणाली, 'अजिबात नाही! ते अजिबात बनवत नाहीत कारण पाणी,

पास्ता, बाकी मसाले काहीच चांगल्या प्रतीचे नाही.' ते तिला फ्लॉवर-बटाटा भाजी, आमटी-भात, खिचडी करायला मदत करतात. पिझ्झा-पास्ता इटलीसाठी राखून ठेवले आहे. शाब्बास! मला त्या मुलांच्या वागणुकीचे प्रचंड कौतुक वाटले. शेर भूखा रह जाएगा, पर घास नही खाएगा! मुले चांगल्या संस्कारांमध्ये वाढली असावीत आणि आपण? इथे पास्ता खाऊ, इटलीला जाताना खाकरा घेऊन जाऊ.

काही उदाहरणे पाहू

केळे – कच्चे केळे आणि केळफुलाची भाजी होऊ शकते. पिकलेले केळे नुसतेच किंवा शिकरण, मिल्क-शेक, दह्यातली कोशिंबीर या स्वरूपात खाऊ शकतो. अती पिकले तर शिरा किंवा केक करू शकतो. पान जेवणासाठी ताटासारखे वापरता येते. पर्यावरण रक्षण होते. शेतकऱ्यांना पैसे मिळतात म्हणजेच त्यांचे आर्थिक सबलीकरण होऊ शकते. पूजेच्या मंडपासाठी केळीचे खांब वापरता येतात.

आंबा – कच्चा आंबा लोणच्यास तसेच पन्ह्यास उपयुक्त असतो. पिकलेला नुसतच फळ किंवा आमरस, मँगो मिल्क शेक या स्वरूपात खाता येतो. आंब्याचे साटं करून ठेवता येते. ते वर्षभर टिकू शकते. झाडाच्या खोडात औषधी गुणधर्म आहेत. लाकूड हलक्या वजनाच्या फर्निचरसाठी वापरतात.

भात – भातपासून पुलाव, खिचडी, खीर, भाकरी, उकड, इडली, डोसा, मोदक असे अगणित पदार्थ करता येतात. अक्षता म्हणून तांदूळ वापरतात. भाताचे तूस, गवत गुरांचे खाद्य होते.

दूध – दूध पिण्यासाठी, तसेच दुधापासून खरवस, दही, ताक, शिरा, खीर, हलवा, श्रीखंड, बासुंदी असे अनेक पदार्थ होतात. सुंठ, हळद इ. औषधी पदार्थ दुधातून घेता येतात.

बोरे – झाड कुंपणासाठी वापरतात. पिकलेली बोरे नुसतीच किंवा मीठ लावून खातात.

- थोडक्यात असा पदार्थ तुमच्यासाठी चांगला जो वेगवेगळ्या तऱ्हेने खाता येतो.
- जो धार्मिक कार्यात किंवा सजावटीसाठी वापरतात.

- ज्यात औषधी गुणधर्म आहेत.

तुम्ही दिवसभर जे अन्नपदार्थ खाता त्या पदार्थांमध्ये वरील तीनपैकी दोनतरी गुणधर्म असायला हवेत. म्हणजे तुम्ही आरोग्यदायी अन्न खाता.

निरोगी, सुदृढ मुलांच्या खाण्याच्या ४ सवयी

आत्तापर्यंत ज्या गोष्टींची आपण चर्चा केली, त्यावर आधारीत चार महत्त्वाच्या पायऱ्या पुढे देत आहे. यांचा अवलंब केलात तर तुम्ही आहाराच्या बाबतीत विचारपूर्वक हुशारीने निर्णय घेत आहात असे म्हणता येईल.

१) ब्रेकफास्टसाठी पॅकेट उघडून न खाणे

याचा अर्थ कुठचेही पॅकेज्ड् सिरीअल (ओट्स सुद्धा) ज्यूस, ब्रेड्स, नूडल्स इ. ते पोषक नसून तुमच्या आरोग्यास हानीकारक आहेत. अत्यंत कमी प्रतीची साखर जास्त प्रमाणात वापरलेली असते (High fructose corn sugar HFCS) याशिवाय रासायनिक प्रिझर्वेटीव्हज् (संरक्षक), इमल्सिफायर्स इत्यादी घटकही असतात. शरीर-मनाच्या विकासाच्या आड हे पदार्थ येतात. वर दिलेल्या तीन निकषांपैकी एकही निकष हे पदार्थ पूर्ण करत नाहीत.

मग तुम्ही काय खाऊ शकता? इतके चविष्ट पर्याय उपलब्ध आहेत आणि तेही आरोग्यदायी! आपली खाद्यसंस्कृती शतकानुशतके विकसित झाली आहे. पोहे, उपमा, इडली, डोसा, वडा, ठेपला, खाकरा, पराठा, जोलपान, सिद्दु, मिस्सी रोटी इ. अगणित पदार्थ. त्याबरोबर खायची तोंडीलावणी सुद्धा. विविध प्रकारची उपलब्ध आहेत. हे पदार्थ ताजे करून गरम खाल्ले जातात. आपल्या जनुकांशी अनुकूल असतात. तुम्हाला पुढच्या काही तासांसाठी (शाळा-कॉलेजमधील) पुरेशी ऊर्जा मिळते. पॅकेज्ड फूड खाऊन सुस्तावल्यासारखे वाटते, तसे होत नाही. दिवसाची सुरुवात चांगली होते. असे म्हणतात ना सुरुवात चांगली झाली की अर्धे काम फत्ते.

तुम्ही शाळेत लवकर जात असाल आणि भूक नसेल अथवा खायला वेळ नसेल तर एक ग्लास दूध (टेट्रा पॅक नाही) आणि सुका मेवा खाऊन जा. दुसऱ्या भागात सविस्तर वाचा.

डिझायनर फूड मॉलेक्युल्स आणि GRAS

रसायनशास्त्र हा छानच विषय आहे आणि अन्नपदार्थांचे रसायनशास्त्र तर त्यावर कडी आहे. या शास्त्राचे भरपूर उपयोग आहेत पण वादग्रस्त वापर आहे तो 'डिझायनर फूड मॉलेक्युल्सचा. हे रेणू नैसर्गिकपणे अस्तित्त्वात नसतात. प्रयोगशाळेत या रेणुंची निर्मिती होते. यामुळे पदार्थाला स्वाद आणला जातो किंवा वाढविला जातो. पदार्थाचा पोत सुधारण्यासाठी, ताजेपणा राखण्यासाठी हे रेणू वापरतात. कृत्रिमरीत्या पदार्थाची चव वाढविणेही शक्य होते. तुमच्या मनात आलंय का कधी की फळ एकदा कापले की लगेच खराब होण्यास सुरुवात होते आणि काही तासातच ते नासते, मग या ज्युस तयार करणाऱ्या कंपन्या त्यांच्या दीर्घकाळ टिकणाऱ्या ज्युसेसना कसे 'फ्री फ्रॉम प्रिझर्वेटीव्हज' हे प्रमाणपत्र देतात? यामध्ये 'डिझायनर फूड मॉलेक्युल्स असतात. तुमची पहिली पिढी की ज्यांच्या पोटात हे मॉलेक्युल्स नियमितपणे मोठ्या प्रमाणावर जात आहेत. यामुळे तुमचे कसे आणि किती नुकसान होणार ते कळायला काही वर्षे नक्की जातील आणि फूड कंपन्या त्यांचे उत्पादने सोडून इतर गोष्टींवर या नुकसानीचे खापर फोडतील. पण वस्तुस्थिती आहे की दात किडणे, मूतखडा, फॅटी लिव्हर, वाढलेले ट्रायग्लिसराईड्स, स्थूलत्व, मधुमेह इ. अनेक आजार हल्ली अगदी सहा वर्षे वयाच्या मुलांमध्ये सुद्धा दिसतात.

तुम्हाला आवडत असलेल्या एखाद्या पदार्थाचे पॅकेट घेऊन त्यावरची माहिती वाचा. खूप लहान अक्षरात लिहिलेले असते. लहान मुलांसाठी असलेले दूध-बेबी फॉर्म्युला, चॉकलेट कोटेड सिरिअल्स, बदाम दूध केचप्स, बिस्किट्स कुठच्याही पॅकेटवर जे घटक असतात ते एखादे अल्फाबेट आणि नंतर एखादा नंबर (अक्षर आणि संख्या) अशा स्वरूपात लिहिलेले असतात. हे सर्व 'डिझायनर फूड मॉलेक्युल्स' आहेत. अमेरिकेसारखा बलाढ्य देश या घटकांना कायदेशीर मान्यता देतो आणि हे घटक मानवाच्या अन्नसाखळीत येतात. त्यांना नाव दिले आहे GRAS जनरली रिगार्डेड ॲज सेफ.

GRAS चे प्रमाणपत्र एखादी 'फूड सर्टिफिकेशन एजन्सी' देत नाही तर फूड कंपनी स्वत:लाच देते (हे म्हणजे आपणच स्वत:ला चांगल्या वागणुकीचे प्रमाणपत्र देण्यासारखे आहे). थोडे पेपरवर्क केले की, काम फत्ते. असे घटक की इतिहासात कधीच 'अन्नपदार्थ' नव्हते ते आपल्या डायनिंग टेबलवर/स्वयंपाकघरात आले

आहेत आणि तिथून आपल्या पोटात जात आहेत.

२) शाळेत प्लॅस्टिक डबा बाटलीवर बंदी

आता फालतू सिरीअल, पॅकेज्ड दूध, ज्यूस यावर हा सिलसिला थांबत नाही. जसे आपल्याकडचे अगणित ब्रेकफास्टचे पर्याय नाकारले तसेच आपली भांडी-कुंडी पण नाकारली. अगदी बाल्यावस्थेतील मुलालासुद्धा हे लागू होईल. एखाद्या फाइव्ह स्टार हॉटेलमध्ये जा, तुम्हाला हमखास एखादी बावचळलेली मुलांना सांभाळणारी दायी मुलाला प्लॅस्टिक डब्यातून प्लॅस्टिकच्या चमच्याने काहीबाही भरवताना दिसेल. एक लक्षात ठेवा, मोठे झाल्यावर किंवा आत्ता सुद्धा जे स्वत:च्या न्याय्य हक्कासाठी तोंड उघडू शकत नाहीत त्यांच्यासाठी तुम्ही बोला. ही माणसे घरातली, शाळेतली किंवा समाजातील कोणीही असू देत आणि महत्त्वाचे म्हणजे प्लॅस्टिक ही काही भारी वस्तू नव्हे. काही जागी प्लॅस्टिकचा खास उपयोग होतो हे खरे, पण अन्नासाठी ते उपयोगी नाही.

आपण प्लॅस्टिक डबे, बाटल्यांवर थांबत नाही, आपण 'क्लींग फिल्म' वापरतो जी अन्नपदार्थांवर घट्ट बसवली जाते किंवा ॲल्युमिनियम फॉइल ज्यात आपण पोळ्या किंवा सँडविचेस गुंडाळून ठेवतो. थोडक्यात श्रीमंतीच्या देखाव्यासाठी आपण खूप फालतू गोष्टी करतो. यामुळे आपली 'मायक्रोबायोम सिस्टीम उपयुक्त बॅक्टेरिया दुबळी होत जाते, प्रतिकारशक्ती कमी होते आणि आपल्या शरीरात काही घातक रसायने शिरतात, उदा. सेनोएस्ट्रोजन्स (ही रसायने एस्ट्रोजनशी मिळती-जुळती असून शरीराला गोंधळात टाकतात). अल्युमिनिअमच्या वापरामुळे शरीरातील महत्त्वाच्या खनिजाचे झिंकचे शोषण नीट होत नाही. या सर्वांचा एकत्रित परिणाम इन्स्युलिन, टेस्टोस्टेरोन, ग्रोथ हार्मोन्स यांना शरीर हवा तसा प्रतिसाद देऊ शकत नाही. परिणामी आपण गोल-मटोल होऊ लागतो, सुदृढ सुडौल होत नाही. हॉमोन्सची पूर्ण वाढ होण्याआधीपासूनच त्यांचे असंतुलन होण्यास सुरुवात होते.

मग यावर उपाय काय ?

सगळ्या प्राचीन संस्कृतींमध्ये एक प्रथा आहे – जेव्हा मूल साधारणपणे सहा महिन्यांचे होते आणि आईच्या दुधाव्यतिरिक्त काही खाऊ-पिऊ लागते, तेव्हा एक समारंभ होतो. तुम्ही कुठच्या प्रदेशात राहता त्यानुसार मुलाचा मामा, आजी किंवा अन्य कोणी नातेवाईक मुलाला चांदीची वाटी, भांडं, ताटली अशी भेट

देतात. वर्षानुवर्षे चालत आलेली ही पद्धत फक्त मुलाच्या वाढीचा टप्पा अधोरेखित करत नाही तर मुलाचं जीवाणू-विषाणूनी होणाऱ्या आजारांपासून संरक्षण करते. चांदीमध्ये सूक्ष्मजीव विरोधी गुणधर्म आहेत.

चांदी महाग आहे यात शंकाच नाही पण दूरदृष्टीने पाहिले तर त्याचे किती फायदे आहेत पहा – १) तुमच्याकडची संपत्ती वाढते (चांदीचे भाव वाढतेच असतात.) २) आठवणींचा खजिना वाढतो कारण या भांड्यांवर हमखास नावे कोरलेली असतात. एखादं खास चित्रही असते. ३) आजारांपासून संरक्षण आणि अँटीबायॉटीक्सच्या वापराला आळा बसतो (तुम्हाला त्यांचे तोटे माहिती असणारच. खास करून उपयुक्त बॅक्टेरियांची होणारी घट) आणि हे वय तर उपयुक्त बॅक्टेरियांचे प्रकार वाढण्याचे असते.

ताजे, ऋतुनुसार स्थानिक अन्न चांदी, कांस, स्टील, ग्लास अशा नॉन-टॉक्सीक (अपाय न करणाऱ्या) भांड्यांमधून खाल्ले तर 'गट बॅक्टेरिया' पोटातील उपयुक्त जीवजंतू वाढीस लागतात. 'मायक्रोबायोटा'मधील विविधता कमी असणे, खास करून लहान मुलांमध्ये हे टाईप –१ डायबिटीस, ऑटीझम, अस्थमा, स्थूलत्व, मेंदूची दुर्बलता, भाषांची कमी जाण अशा अनेक समस्यांना कारणीभूत होते.

३) जेवता-खाताना 'गॅजेट्स' (फोन, आय पॅड इ.) नकोत

मानवाला 'खाणे कुठे थांबवावे' याची जन्मतःच जाण असते. फक्त मानवाला नाही तर प्रत्येक प्राणिमात्रास ही जाणीव असते. जेव्हा तुम्ही नवजात बालक असता, तेव्हाही गरजेपेक्षा अधिक थेंबभर सुद्धा दूध तुम्ही पीत नाही. जेव्हा तुम्ही भात-पोळीसारखे पदार्थ खायला सुरुवात करता, तेव्हासुद्धा तुमच्या आई-वडिलांना तुम्हाला गरजेहून जास्त भरवणे शक्य होत नाही कारण तुम्ही सरळ ते तोंडातून थू थू करून काढून टाकता. मग तुम्ही जेव्हा पौगंडावस्थेत येता, तेव्हा तुम्ही किती खावे ही एक समस्या का होते? किंवा तुम्हाला त्यासाठी आहारतज्ज्ञाची गरज का भासते? याचे कारण आपले जेवताना भलतीकडे लक्ष असते आणि पोटांकडून मिळणारे संदेश आपण ऐकत नाही. आपल्या पोटात आतड्याच्या आतसुद्धा एक मेंदू आहे, तल्लख आणि धीट, तुम्ही शांत असताना तो तुमच्याशी बोलतो. म्हणून जेवता-खाताना तो मेंदू काय सांगतो आहे तिथे लक्ष द्या. पण तुम्ही जेवताना फोन, आयपॅडवर असाल, टी.व्ही. पहात असाल तर तुम्ही गरजेपेक्षा

जास्त खाता आणि तुम्हाला माहितीच आहे की अन्न आपल्याला खाऊ शकते. म्हणून काळजी घ्या.

टी.व्ही. पहात जेवणे

भारतीय कुटुंबांचे वैशिष्ट्य म्हणजे जशी कुटुंबाची आवक वाढते, तशी त्यांची खर्च करण्याची पद्धत बदलते. हे प्रत्येक गोष्टीबाबत, अन्न-धान्याच्या बाबतीतही होते. घराघरांमध्ये हल्ली एकापेक्षा जास्त दूरदर्शन संच असतात. मोठा पडदा असलेला टी.व्ही. जेवताना सहज दिसेल असा ठेवलेला असतो. ही कुटुंबं अभिमानाने सांगतील की आम्ही एकत्र बसून जेवतो पण खरं तर ते एकत्र बसून कुठचीतरी सिरीअल पहात, बातम्या ऐकत अन्न फस्त करीत असतात. बऱ्याच घरी बेडरूममध्ये टी.व्ही. असतो. काहीजण तर कमाल करतात, पलंगावर विष्णूच्या स्थितीत पडून पेपरवर ताट ठेवून टी.व्ही. बघत जेवतात. (पेपर यासाठी की बेड खराब होऊ नये) खरं तर अनंतासनात राहून टी.व्ही. बघणे आणि जेवणे या दोन क्रिया करण्यासाठी एखादे बक्षिस द्यायला हवे. पण तसे नाही, अर्थात् लठ्ठपणा हे बक्षीस समजलेत तर ते नक्की मिळते आणि तुम्ही खूपच पैसेवाले असाल तर तुमच्यासाठी हाय चेअर, स्वतंत्र आय पॅड, आय फोन असेही असेल.

मुद्दा तुम्ही कुठे बसता हा नाही, तुम्ही जेवताना काही पहात असाल तर तुमच्या आरोग्याच्या गळतीसाठी तुम्ही स्वत: एक छिद्र करून ठेवले आहे असे समजा. जेव्हा जेवत असाल तेव्हा तुम्ही आणि अन्न बाकी काही नको. फार तर जित्या जागत्या माणसाशी संवाद, व्हाट्स ॲप व्हिडिओ/फेस टाईम नाही.

पोट भरले की 'लेप्टीन' नावाचे हार्मोन स्रवते. तुमचे लक्ष जेवणाकडे नसेल तर 'लेप्टीन'चा संदेश तुमच्यापर्यंत पोहोचत नाही. मग तुम्ही भुकेपेक्षा जास्त किंवा कमी खाता. म्हणून सर्व इंद्रियांचा वापर करून, अन्नावर लक्ष केंद्रित करून जेवा. मुलांसाठी ती ध्यानधारणा आहे.

तुमची आई किंवा अन्य कोणी तुम्हाला ताटातील सर्व पदार्थ संपविण्याच्या बदल्यात पंधरा मिनिटे अधिक टीव्ही पहायला देतील, तर त्यांना सांगा, असा

फालतूपणा करू नका. 'गॅजेट' हे बक्षिस होऊ शकत नाही.

४) रात्रीच्या जेवणानंतर आईस्क्रीम/चॉकलेट नको

खरं तर हे अगदी सहज कळायला हवे पण तसं नाही होत. तुम्हाला माहिती आहे की सूर्यास्तानंतर पचन मंदावते आणि म्हणून या वेळेस पोटात असे घाऊक प्रमाणात बनविलेले, जड पदार्थ जाता कामा नयेत. मग ते आईसक्रीम, चॉकलेट किंवा कपकेक काहीही असो. नीट विचार करा. तुम्हाला हे खायला खरंच आवडतेय का असं खाणं तुम्ही बिनधास्त असल्याचे चित्र निर्माण करते म्हणून तुम्ही खाता? का त्याच्याबरोबर एखादं खेळणे मिळतेय किंवा तुमच्या आवडत्या नट-नटी, खेळाडूनी त्याची जाहिरात केली आहे म्हणून खाता? का तुमच्या आई-वडिलांनी हे कशाच्या तरी बदल्यात बक्षिस म्हणून दिले आहे? असं असेल तर तुमच्या पालकांमध्ये आत्मविस्वास कमी आहे. सर्वप्रथम तुम्हाला ठाऊक हवे की भूक रोज ठराविक प्रमाणात लागत नाही. ती बदलत असते आणि म्हणून रोज ठराविक प्रमाणात खाणे बंधनकारक नाही आणि एक लक्षात घ्या की रोज तुमच्याच आवडीचे पदार्थ जेवणात असतील असे नाही. म्हणून नावडता पदार्थ जेवणात असला तर पालकांनी त्या बदल्यात आईस्क्रीम इ. पदार्थ देण्याची गरज नाही. असे झाले तर शेवटी तुम्हावरच 'वाया गेलेल्या मुलाचा' शिक्का बसतो.

जेवणानंतर कोला, आईस्क्रीम, चॉकलेट खाणे अजिबात आरोग्यास हितकारक नाही. अगदी पिझ्झा-बर्गरबरोबर फुकटात मिळाले तरी ते खाऊ नका. रात्री जेवल्यानंतर तुम्ही झोपी जाता. गाढ झोप ही सर्वांगीण वाढीसाठी अत्यावश्यक असते. भावनिक, बौद्धिक, शारीरिक. म्हणून असेच रात्री जेवा की ज्यामुळे तुम्ही शारीरिक-मानसिकदृष्ट्या स्थिर रहाल. वारंवार ठराविक पदार्थ जेवणात हवेत – वरण/आमटी-भात, खिचडी, भाकरी-भाजी इ. असे केल्याने तुम्हाला गाढ, निवांत, सलग झोप येईल जी वाढीला मदत करेल.

आज पाव-भाजी, उद्या पास्ता, परवा चायनीज असे रात्रीच्या जेवणात असेल तरच तुम्हाला आईस्क्रीम, चॉकलेट इ. सारखे उत्तेजक पदार्थ खायची इच्छा होईल. तुम्हीच विचार करा म्हणजे तुम्हाला कळेल की वरण-भात इ. सारखे जेवाल तर तुम्हाला संतोष मिळतो, हलके वाटते आणि उत्तेजक पदार्थ खायची इच्छाच उरत नाही. म्हणजे थोडक्यात तुम्हाला स्वत:चे निरीक्षण करायला हवे आणि जेवताना 'गॅजेट्स' नसतील तरच हे शक्य होईल.

कोलासारखे उत्तेजक पदार्थ महिन्यात फार तर एखाद्या वेळेस खावेत आणि तेसुद्धा संध्याकाळी सहा वाजायच्या आतच. म्हणजे झोपेत व्यत्यय येणार नाही. पाव-भाजी इ. पदार्थसुद्धा सहाच्या आधी खावेत. उशिरा खाल्ले तर तहानतहान होते आणि गॅस होतो. सहाच्या आधी हे पदार्थ इतक्याच प्रमाणात खावेत की जेणेकरून रात्री खिचडी/ आमटी-भात खायची इच्छा उरेल.

रात्री जेवल्यानंतर भूक असलीच तर सुका मेवा, केशर, साखर/गूळ इ. घालून दूध प्यावे. यामुळे तुमचं नैसर्गिक हार्मोन्सचे चक्र बिघडणार नाही आणि झोप छान येईल.

'गोड पदार्थांची/पक्वान्नांची उतरती कमान'

घरी केलेले लाडू, हलवा, वड्या इ. पदार्थांना 'डेझर्टस' असे संबोधणे चूक आहे कारण या पदार्थांमुळे खंडीत झोप, लठ्ठपणा, रक्तसाखरेची अनियमितता अशा कुठच्याही गोष्टी संभवत नाहीत. हे पदार्थ धान्ये, कडधान्ये, सुका मेवा, तूप, बिया, मसाले, साखर/गूळ इ. नी बनविले जातात. हे पोषक द्रव्यांचे भांडार असे खाणे होते. एखादा मार्केटिंगमधील तज्ज्ञ अशा पदार्थांना 'एनर्जी बॉल्स', 'एन्शन्ट बारस्' किंवा 'पॉवर पावडर्स' म्हणेल पण आपण त्यांना स्थानिक नावाने ओळखतो. आजच्या मार्केटिंगच्या युगात अशा नावांना भाव मिळत नाही. पण खरं पहाता हे पदार्थ भाव खाऊन जायला हवेत. म्हणून तुम्ही मधल्या वेळेला खेळल्यानंतर असे पदार्थ खा.

स्थानिक मिठाईच्या दुकानांमधून मिळणारे रसगुल्ला, गुलाबजाम, श्रीखंड हे पदार्थ क्वचित खायला हरकत नाही. हे पदार्थ घरी केल्यास उत्तम किंवा जेवल्यानंतर हे पदार्थ खाऊ शकता. स्थानिक हलवायांकडूनच असे पदार्थ खा नाहीतर कपकेक्स बनविणाऱ्या मोठ्या कंपन्यांची दुकाने जागोजागी येत राहतील. तुमचा कदाचित विश्वास बसणार नाही की कपकेक्स हे दहा वर्षापूर्वीपर्यंत कोणाला माहिती नव्हते. 'बेकर'चा व्यवसायही अज्ञात होता. आज 'बेकर' व्यवसाय भरभराटीला आलाय आणि हलवाई संख्येने कमी होत आहेत. हलवायाचे काम सुद्धा कलात्मक असते. खरं तर 'बेकर'पेक्षा जास्त कठीण असते. पण 'हलवाई' इंग्रजी बोलणारा नसतो त्याचा इन्स्टाग्राम अकाऊंट नसतो केलेल्या पदार्थांचे तो फटाफट

फोटो काढून फेसबुक इन्स्टावर टाकत नाही. त्यामुळे आपण त्याला मानत नाही. खरं म्हणजे तो बनवितो ते पदार्थ जगभर मिळत नाहीत, एखाद्या शहरात, भागात मिळतात. कपकेक्स, चॉकलेट्स बनविणारे लोक जगभर जसे हे पदार्थ बनवितात त्याच पद्धतीने पण कदाचित कमी प्रतीचे बनवितात. पण आपल्याला या पदार्थांचे कौतुक वाटते. आता विचार करा – कुठच्या पदार्थाचे घटक जास्त चांगले असतील? मी लहान असताना मला पण चॉकलेट, आईस्क्रीमचे कौतुक आणि लाडू-वड्या घरगुती वाटत असत. पण वस्तुस्थिती कळल्यावर मी आता अशा पदार्थांकडे बघतही नाही.

असो. पुढे गोड पदार्थांच्या गुणवत्तेनुसार उतरता क्रम देत आहे.

१) घरी केलेले – लाडू, बर्फी, चिकी, हलवा, वड्या, शिरा इ. हे पदार्थ जेवणात अथवा मधल्या वेळेस खायला काही हरकत नाही. व्यायामानंतर सुद्धा खा.

२) वरील पदार्थच पण घरगुती व्यवसाय करणाऱ्यांकडून विकत घेतलेले. हे पदार्थ घरी केल्यासारखेच समजायला हरकत नाही परंतु ब्रेकफास्टला खाऊ नका. 'ब्रेकफास्ट' तुमच्या स्वयंपाकघरात बनलेला असावा.

३) स्थानिक दुकानांमधली भारतातील वैशिष्ट्यपूर्ण मिठाई
कधी काही सणवाराला किंवा खास प्रसंगी दुपारच्या जेवणात किंवा दुपारच्या खाण्यात ही मिठाई खा. लागोपाठ दोन किंवा तीन दिवसांपेक्षा जास्त खाऊ नका. दिवाळीत अथवा लग्नप्रसंगी अशा भरपूर मिठाया जमतात. पण लक्षात ठेवा की दोन-तीन दिवसांमध्ये संपेल इतकीच घरी ठेवून बाकीची वाटून टाका. स्थानिक बेकऱ्यांमध्ये मिळणारी नानकटाई, मावा केक्स इ. याच प्रकारात मोडतील.

४) लहान दुकानात मिळणारे कपकेक्स, कुकीज, चॉकलेट्स हेच पदार्थ हल्ली घरगुती व्यवसाय म्हणूनही केले जातात. (अवाढव्य प्रमाणात तयार होणाऱ्या भारतीय मिठायासुद्धा याच प्रकारात मोडतात). हे कपकेक्स इ. फक्त तुमच्या मित्रमैत्रिणींच्या वाढदिवसाला खाऊ शकता किंवा फार क्वचित स्वत: विकत घेऊन. पण हा पदार्थ संध्याकाळी सहा वाजायच्या आतच खायचा. लक्षात ठेवा की हे पदार्थ वाढत्या वयासाठी अजिबात पोषक नसतात, अगदी 'हेल्दी' म्हणून विकले गेले तरीसुद्धा. मात्र सणवारांना हे पदार्थ खाऊ नका. तेव्हा पारंपारिक पदार्थ, जे आजी बनवत असे, ते खा. याचे कारण हे पदार्थ ऋतुनुसार ठरविले गेले आहेत आणि आरोग्यदायी असतात. हे पदार्थ खास कारण ते फक्त तुमच्याकडे करण्याची पद्धत असते.

५) चॉकलेट्स आणि आईस्क्रीम्स – अवाढव्य प्रमाणात तयार झालेले, भारतात आणि इतर देशांमध्येसुद्धा उपलब्ध असलेले. हे सर्वात कमी प्रतीचे पदार्थ आहेत. कोलाजसारखी पेये याच प्रकारात मोडतात. खरं तर यांना कधीच स्पर्श करू नका. पण अटळ असेल तर फारच क्वचित संध्याकाळी सहा पूर्वी. आता फार लिहित नाही, तुम्हाला कळलेच असेल. तुम्ही जर पंचतारांकीत हॉटेलचे मॅनेजर असाल आणि हे पुस्तक वाचत आहात तर कृपया आपल्या मुलांना चॉकलेट्स न देता नारळ, सुका मेवा असलेले लाडू, हलव्यासारखे पदार्थ तुमच्या 'शेफ्स' ना बनवायला सांगा.

हे महत्त्वाचे- स्वच्छतेचा अतिरेक (हायजीन हायपोथीसीस)

'अँटीबॅक्टेरिअल सोप्स' आणि सॅनिटायझर्स कदाचित सर्व उपद्रवी बॅक्टेरियांचा नाश करत असतील पण हेच उपद्रवी बॅक्टेरिया काही कालावधीनंतर त्यांना दाद देईनासे होतात. त्याच वेळेस उपयुक्त बॅक्टेरियांचा सुद्धा नाश होतो आणि आपले हार्मोन्स असंतुलित होतात. सगळ्यात जास्त या सोप्स आणि सॅनीटायझर्सचा वापर यु.के, यु.एस., ऑस्ट्रेलिया आणि सिंगापूरमध्ये होतो. तेथील मुलांमध्ये खूप मोठ्या प्रमाणात अॅलर्जीज दिसून येतात. क्वचित प्रसंगी त्यामुळे मृत्यू ओढवतो. अमेरिकेत तुम्ही शाळेत शेंगदाणे नेऊ शकत नाही आणि प्रत्येक लहान-मोठ्या कॉफी शॉपमध्ये सावधानतेचा इशारा दिलेला असतो – आमच्या उत्पादनांमध्ये अॅलर्जी निर्माण करणारे घटक असू शकतात. तुम्ही तुमचे काय ते ठरवा.

त्यांच्या 'पेडिअॅट्रीक असोसिएशन्स' या मागची कारणे शोधण्यासाठी धडपडत आहेत. त्यांना एक कारण सापडले आहे – हायजीन हायपोथिसीस. 'पॅकेज्ड आणि प्रक्रिया केलेले अन्न ही मुले खातात, शिवाय निर्जंतुकीकरण केलेल्या वातावरणात रहातात त्यामुळे त्यांच्या आतड्यात खूप कमी प्रकारचे उपयुक्त बॅक्टेरिया आढळतात. या अॅलर्जीज येण्याची सुरुवात मूल अगदी लहान असल्यापासून, चार ते सहा महिन्यापासून होते. एका कॉन्परन्समध्ये यु.के. मधील एका डॉक्टरांचे भाषण मी ऐकले होते. त्यांच्या म्हणण्यानुसार जर तेथील मुलांना मजबूत बनवायचे असेल तर त्यांना आफ्रिकेतील मुलांप्रमाणे वाढविले पाहिजे. मुलांना मातशा, काका शेजारी पाजारी सर्वांनी उचलून घ्यायला हवे. एखादा फळाचा तुकडा किंवा

दुसरं काही खाताना खाली पडले तर ते उचलून खायला द्यायला हवे. मातीत चिखलात लोळायला द्यावे. ते पुढे म्हणाले, की एखादे वेळेस त्यांनी शेंबूड गिळला तरी काही हरकत नाही. आपण आपल्या मुलांना जास्त भारतीय पद्धतीने वाढविले पाहिजे. नंतर त्यानी प्रोजेक्टरवर दाखविले की आफ्रिकन मुलांच्या पोटात सर्व रंगांचे छोटे छोटे ठिपके होते तर ब्रिटिश मुलांच्या पोटात फक्त दोन रंगांचे ठिपके कुठे तरी एका कोपऱ्यात होते. उपयुक्त बॅक्टेरियांची कमतरता आपल्या मुलांना भोवतेय असा त्यांनी निष्कर्ष काढला. सप्टेंबर २०१६ मध्ये अमेरिकेत अँटिबॅक्टेरियल सोप्स' वर बंदी आली. पण सोप्स, औषधे, शॅम्पू, टुथपेस्ट ज्या ज्या गोष्टींवर इतर देशांमध्ये बंदी घातली जाते, ते भारतावर थोपविले जाते. (हल्ली दाखविण्यात येणाऱ्या बहुराष्ट्रीय कंपन्यांच्या 'सॅनिटेशन' (स्वच्छता) सुधारण्याच्या जाहिराती तुम्ही पाहिल्या असतीलच.)

•

भाग दुसरा १ब - व्यायाम

प्रकरण – ३

पालकांसाठी – आदर्श घालून द्या

गढवालमधील 'चंगाबँग' बेस कॅम्पच्या ट्रेकसाठी आम्ही चौदाजण निघालो होतो. या भागाची फारशी माहिती नव्हती. पहिल्या दिवशी फारच थोडे चालायचे होते. दुपार होण्यापूर्वी आम्ही कॅम्पसाईटवर पोहोचलो. पूर्ण दिवस तिथे घालवायचा होता. आमच्यातल्या मुलांनी विचार केला की तंबू ज्या सपाट जागेवर उभारला आहे, ती जागा क्रिकेट खेळायला योग्य आहे. मुले-मुली एकत्र असली की या कल्पनेची मला अगदी चीड येते. मुले खेळतात, मुली कोपऱ्यात बसून गप्पा मारतात आणि खेळ बघतात. मजा वाटत असल्याचे ढोंग करतात. माझा पारा चढतो. मला वाटते की मुलांना नैसर्गिकपणे मुलींना आपल्यात घ्यावेसे वाटावे पण स्त्री-पुरुष असमानता इतकी आहे की मुलांमध्ये ही संवेदनशीलता नसते. असो.

ग्रुपमधील तीन स्त्रिया चेन्नईच्या, चाळिशीच्या घरातील होत्या. तिघींपैकी एक शैला खेळायला गेली आणि विकेटच्या मागे उभी राहिली. गुजराथी मुलगी, जान्हवी, अती उत्साही ती सुद्धा फिल्डींग करू लागली. मी जरा अंतरावरच नाराजीने बसून क्रिकेट आणि पुरुषांना मनातल्या मनात शिव्या घालत होते आणि तेवढ्यात, शैलाने डाव्या बाजूला बॉलसाठी झेप घेतली, बॉल पकडला आणि चक्क कोलांटी उडी मारली आणि कॅच घेतल्याचा आनंद बॉल उंच उडवून व्यक्त केला. मी टाळ्या वाजवत तिच्याकडे गेले आणि म्हटले, 'कौन है रे तू!' तिने विचारले, 'काय?' मी परत म्हटले, 'तू कोण आहेस?' आता माझ्या आवाजात मार्दव होते. 'मग, ती शैला व्हर्गीस, एके काळची क्रिकेटपटू. दहा वर्षांपूर्वी तिने क्रिकेट सोडले.' आता माझा मूड बदलला. खेळात कोणी खरेखुरे ॲथलेट खेळाडू असेल ज्यानी खेळातले चढ उतार पाहिले आहेत. त्यातल्या हार-जीतेशी सामना केला आहे तर मला खेळ बघायला खूप मजा येते.

असा खेळ पाहून प्रेक्षकांना आनंद मिळतोच पण खेळाडूंना जे मिळते त्याची गणती करता येणार नाही. खेळ ही अशी गोष्ट आहे की जी अध्यात्माच्या खूप

प्रकारे जवळ जाते. शरीराच्या क्षमता ओलांडणे शक्य होते. स्त्री-पुरुष, जात-धर्म या गोष्टींचा अडसर येत नाही. कितीही पैसा, प्रसिद्धी मिळाली तरी खेळाडू एक प्रकारची मुक्ती/स्वातंत्र्य अनुभवतात.

म्हणजे पहा, पैसे मिळण्यामागे स्वातंत्र्य कमावण्याचा हेतू असतो. म्हणजेच आपण स्वातंत्र्य पैशाने विकत घेण्याचा प्रयत्न करतो. स्वातंत्र्य मिळाले की आपल्यावर कसले बंधन उरणार नाही असे आपणास वाटते. मला तर वाटतं की अती श्रीमंत लोक 'स्पोर्टस् टीम' विकत घेण्यामागचा हेतू हाच असतो पण असं स्वातंत्र्य नाही विकत घेता येत. मर्यादा ओलांडण्यासाठी घाम गाळणे, शिस्त आणि न कंटाळता सराव हेच महत्त्वाचे असते. क्रिकेटमधल्या बाराव्या खेळाडूला सुद्धा टीम विकत घेणाऱ्यापेक्षा जास्त श्रीमंत असल्यासारखे वाटते.

असो, हे खेळाबद्दल नसून खेळाडूबद्दल आहे. कुठचाही खेळ मुलं खेळू शकतात. प्रत्येक मुलाने ॲथलेट बनण्याची आवश्यकता नाही. पण मूल लहानपणी खेळले असेल (खास करून विटी-दांडू, लगोरी, चोर-पोलीस असे अप्रचलित खेळ) तर ते त्याच्या पुढच्या आयुष्यासाठी फार उपयुक्त ठरते.

तुमच्या मुलांनी का खेळले/व्यायाम केला पाहिजे?

मुलांच्या निरोगी वाढीसाठी, सुदृढतेसाठी पालकांनी मुलांना दररोज साठ ते नव्वद मिनिटे खेळायला मोकळे सोडायला हवे. याचे भरपूर फायदे आहेत. त्यातील काही थोडे पुढे देत आहे.

व्यायाम/खेळ

१. ब्युटिरेट निर्माण करणारे बॅक्टेरिया (उपयुक्त जंतू) वाढू लागतात. मुलांच्या वाढीसाठी, हार्मोन्स् करता आणि रोगप्रतिकारशक्ती वाढविण्यास हे गट बॅक्टेरिया उपयुक्त आहेत.

२. मेंदूतील शिकण्याची केंद्रे उद्दीपीत होतात आणि म्हणून गणित व भाषा विषयांमध्ये प्रगती होते.

३. अन्नातील प्रथिने, कॅल्शियम शोषण नीट होते. पचन सुधारते.

४. शरीरात मज्जावाहिन्यांचे जाळे वाढते आणि मेंदूत नवीन न्युरॉन्स् तयार होतात.

५. शरीरातील हाडे, टेन्डन्स्, लिगामेन्टस् मजबूत होतात. मुलं कधी पडली तरी त्यांची हाडे मोडत नाहीत.

६. शारीरिक आजार, मानसिक धक्क्यातून लवकर सावरण्याची शक्ती निर्माण होते.

७. डिप्रेशन - उदासीनता येत नाही. मुले पटकन भडकत नाहीत. (पौगंडावस्थेतील मुलांसाठी खास उपयोग)

८. मुले सिगरेट, दारू, ड्रग्ज् अशा व्यसनांकडे वळत नाहीत.

९. मुलांमध्ये शिस्त निर्माण होते. समुदायाने काम करण्याची नकळत शिकवण मिळते.

१०. मुलांचे बाल्य जपले जाते.

११. यश-अपयश तात्पुरते असल्याची समज पुढील आयुष्यातही उपयोगी पडते.

१२. मुलांमध्ये आत्मविश्वास, स्वयंशिस्त हे गुण वाढीस लागतात.

मी खूप लिहू शकेन पण थांबते आता. रोज खेळणे किती आवश्यक आहे हे आता तुमच्या लक्षात आले असेल. पण ठरवले तरी बरेच अडसर येऊ शकतात. मुंबई आणि इतर मोठ्या शहरांमध्ये तर खूपच समस्या येतात. माझे गाव सोनावे, जिथे आमची वडिलोपार्जित जमीन आहे. तिथे पूर्ण गावच जणू एक खेळाचे मैदान आहे. मुलांच्या पायात चपला नसतील पण चढायला डोंगर आहेत, धावायला शेते आहेत आणि पोहायला विहिरी, डबकी आहेत आणि अत्यंत सुरक्षित वातावरणात मुले राहतात. सगळे एकमेकांची काळजी घेतात.

असे आपल्याला शहरांमध्ये करता आले पाहिजे. आपण समाज म्हणून जास्त चांगले जीवन जगू शकतो. (आत्ता आत्तापर्यंत असे वातावरण होते) असे असले की पालकांना मुलांबरोबर खाली उतरण्याची गरज पडत नाही. हल्ली सांभाळणाऱ्या मुलीबरोबर मुलाला एकटे खेळायची पाळी येते. त्यात मजा येत नाही आणि मुले ८-१० वर्षांची होईपर्यंत खेळायचे सोडून देतात. मुलींच्या बाबतीत हे जास्त खरे आहे. तुम्हाला बारा वर्षांची किंवा त्याहून मोठी मुलगी असेल आणि ती खेळायला जात असेल तर तुम्ही फेसबुकवर स्टेटस् टाकू शकाल – फीलिंग ब्लेस्ड.

कच्चा लिंबू

आठवतेय 'कच्चा लिंबू?' याचा थोडक्यात अर्थ – मोठी मुले खेळात लहान मुलांना सहभागी करून घेऊन त्यांना सांभाळतात. लहान मुले मोठ्या मुलांबरोबर खेळतात तेव्हा त्यांना पण मोठ्या मुलांसारखे धावायला,

उड्या मारायला मिळते. पण त्यांच्या सगळ्या चुका माफ केल्या जातात आणि ती सुरक्षित असतात. ही लहान मुले मोठी झाली की पक्का लिंबू होतात आणि ती पण कच्च्या लिंबांची देखभाल करतात. तुम्ही जर एखाद्या सोसायटीत, कॉम्प्लेक्समध्ये राहत असाल तर मुले पुष्कळ असतात. त्यातली दहा किंवा दहाहून जास्त वयाच्या मुलांना पकडून 'पक्का लिंबू' करा. लक्षात घ्या ही मुलेसुद्धा लहानच आहेत तेव्हा थोडे ओंजारून-गोंजारून घ्या. त्या मुलांना 'कच्चा लिंबू' धोरण समजावून सांगा. कदाचित पालकांना आधी खेळात सहभाग घ्यावा लागेल. (आशा करते की तुम्ही खेळण्यासाठी सक्षम आहात.) दहा आणि दहाहून जास्त मुलांना 'कच्चा लिंबू' होण्याचा अनुभव घेऊ दे. मग हळूहळू ती मुले त्यांच्याहून छोट्या मुलांना 'कच्चा लिंबू' म्हणून सामावून घेतील.

पालकांनी काय करायला हवे?

एव्हाना तुमच्या लक्षात आले असेल की या पुस्तकात मी पालकांना त्यांचाच आदर्श मुलांसमोर ठेवण्यास सांगत आहे. तुमच्या मुलांनी खेळावे, फिट राहावे असे वाटत असेल तर पुढील पाच गोष्टी आचरणात आणा.

(१) व्यायामाला पर्याय नाही हे लक्षात ठेवा

मी आधीच सांगितले आहे किंवा खरं तर तुम्ही जाणता की मुले ऐकतात कमी पण निरीक्षण व्यवस्थित करतात. म्हणून आठवड्यात १५० मिनिटे व्यायाम करा. व्यायामाशी मैत्री, आरोग्याची खात्री हे माझे व्यायामावरचे पुस्तक (अनुवाद - रेखा दिवेकर) वाचा. तुम्हाला व्यायामाचे नियोजन करायला या पुस्तकाची मदत होईल. आयुष्याचा हा एक अविभाज्य भाग बनवा. सक्षमता किंवा फिटनेससाठी करायच्या या दैनंदिन गोष्टी फेसबुक/इन्स्टावर टाकू नका. घरी येऊन आपण जिममध्ये काय केले याबद्दल चर्चा नको. तुमच्या मुलांना त्यात रस नसणार हे नक्की. त्यांना आपलं आपण समजू उमजू लागेल. तुम्ही बोलायचे नाही. चालेल? लक्षात राहील?

व्यायाम केल्यामुळे तुम्ही सक्षम राहता. तुमच्या मुलांच्या आरोग्यासाठी हे गरजेचे असते. म्हणजे मुले जेव्हा तिशीला येतील तेव्हा त्यांना आई/बाबांना डायलिसिसला नेणे, गुडघे प्रत्यारोपण शस्त्रक्रियेसाठी सुट्टी घेणे, बाय-पास

सर्जरीच्या पेपर्सवर सही अशा प्रकारचे ताणतणाव सोसावे लागणार नाहीत. म्हणून दूरदृष्टी ठेवून तुमच्या आरोग्याची काळजी घ्या. तुमच्या मुलांना त्याची नक्की किंमत कळेल.

दुसरे म्हणजे सक्षमता, सुदृढता ही सुद्धा कुटुंबाची एक संस्कृती असते. जे पालक आरोग्यविषयक जागरूक असतात. त्यांचे खाणे-पिणे-जीवनशैली इतरांपेक्षा वेगळी असते. याचा थेट आणि शाश्वत परिणाम मुलांच्या आरोग्यावर होतो. पालक रात्री लवकर जेवत असतील, स्वाभाविक मुलांना तीच सवय लागते. पालक सकाळी लवकर उठत असतील तर मुलेही उठतात.

खरं तर आई-वडील दोघेही यासाठी जबाबदार हवेत पण I family च्या निरीक्षणांमधून सिद्ध झालेय की आईच्या खाण्यापिण्याच्या सवयी, जीवनशैली यांचा जास्त परिणाम मुलांवर होतो. मी जेव्हा स्त्रियांबरोबर आहारतज्ज्ञ म्हणून काम करते तेव्हा स्त्रिया मला हमखास सांगतात की त्यांच्याप्रमाणेच त्यांची मुले देखील आहार-विहाराचे नियम पाळू लागतात. पुरुष क्लाएन्टस् बरोबर जेव्हा मी काम करते, तेव्हा ते त्यांच्या मुलांना माझ्याकडे पाठवतात. म्हणजेच वडिलांच्या वर्तणुकीचा फारसा परिणाम मुलांवर होत नाही. म्हणून परत पैसे मोजून त्यांना मुलांना माझ्याकडे पाठवावे लागते. माझी तक्रार नाही हं! मला माझे काम आवडते. मुले आणि त्यांचे वडीलही आवडतात.

मुले आणि व्यायाम विज्ञान

स्नायू विविध मार्गे ऊर्जा निर्माण करतात. स्थूलमानाने स्नायू दोन प्रकारचे आहेत — टाईप - १, टाईप - २.

टाईप - १ संथ हालचाल, सातत्याने ऊर्जेचा पुरवठा.

टाईप - २ जलद हालचाल, थोड्या वेळात जास्त ऊर्जेचा पुरवठा.

मॅरेथॉन हे टाईप - १ चे उदाहरण आहे.

स्प्रीन्टस् हे टाईप - २ चे उदाहरण आहे.

(स्प्रीन्टस् - चालताना मधे मधे धावणे)

मुलांमध्ये स्वाभाविकपणे टाईप - २ चे प्राबल्य असते. त्यांना लांबवर धावायला आवडत नाही. पण उड्या मारणे, स्प्रीन्टस्, बेडूक उड्या इ. मध्ये मुले तरबेज असतात. मोठ्या माणसांमध्ये टाईप - १ चे प्राबल्य

असते. त्यामुळे त्यांना जिने चढणे, उड्या मारणे इ. कठीण वाटते. पण मॅरॅथॉन मात्र सोपी जाते. तसेच लांबवर चालणे, सायकलिंग ही जमते. तुम्ही मुलांना टाईप - १ प्राबल्य असलेल्या हालचाली करायला लावल्या तर त्यांना ते तितके जमत नाही म्हणून मुलांना अशा हालचाली करण्यासाठी बळजबरी करू नका. तुम्ही मॅरॅथॉन धावणारे पालक असाल तरी मुलांना मॅरॅथॉन धावायला न लावता त्यांना पाण्याची बाटली घेऊन मदतीसाठी उभे करा. ती धावत येऊन तुम्हाला पाणी देतील आणि खूष होतील. तुम्ही जर 'कोच' असाल तर त्यांना मैदानाला पाच चकरा मारायला न लावता त्यांना जे खेळायचे आहे त्याचाच सराव थोड्या कमी प्रमाणात 'वॉर्म अप' साठी करायला सांगा. असे केल्याने त्यांची खेळातील गोडी टिकून राहील.

२. आठवड्यातून एकदा त्यांच्याबरोबर शाळेत चालत जा

फिटनेस/सुदृढता आपल्या जीवनशैलीशी एकरूप झाली पाहिजे आणि त्यासाठी हालचाल ही खूप महत्त्वाची आहे. तुम्ही या जगातून गेल्यावर सुद्धा तुमची मुले हे तुमच्यासोबत ठराविक वारी शाळेत चालत जाणे विसरणार नाहीत. तुम्ही एकत्र जे पाहता, बोलता, एकमेकांसोबत वेळ घालवता त्यामुळे आयुष्य सुंदर होत असते. जर शाळा लांब असली तर गाडी एखादा किलोमीटर अलिकडे पार्क करा आणि मग चालत शाळेत जा. मुलांना कळू द्या की शहरे, गावे जिथे तुम्ही राहता ती चालण्यासाठी योग्य असावीत आणि तशी ती असणे ही आपली सामुदायिक जबाबदारी आहे. ही गोष्ट पेरेन्ट-टीचर्स असोसिएशनमध्ये सुद्धा चर्चिली जायला हवी. त्यामुळे शाळेजवळील रस्ते सुरक्षित ठेवण्यासाठी राजकीय दबावसुद्धा पडेल. शाळेत नाही चालत गेलात तर बाजारात जा किंवा मित्र-मैत्रिणींकडे जा पण एकत्र पायी जात चला.

मी तर असे म्हणेन की घर असे निवडा जिथे कुटुंबियांसाठी मोकळी जागा मिळेल. एक तर जवळपास बागा असाव्यात किंवा सोसायटीतच मोकळी जागा असावी. तुम्हाला जास्तीची बेडरुम का परिसरात मोकळी जागा यामध्ये निवड करायची झाली तर दुसरा पर्याय निवडा; अगदी डोळे मिटून! जर मोठ्या जागेच्या मोहात पडून तुम्ही मोकळ्या जागेला मुकणार असाल, तर तुम्ही मुलांचा खेळ बंद

कराल आणि मुलांमधील 'फॅट लेव्हल्स्' वाढतील ज्यामुळे भविष्यात त्यांना हृदयरोग, कर्करोग होण्याची शक्यता बळावेल. मुले जितकी शिडशिडीत आणि सुदृढ असतील, तेवढी आजार होण्याची शक्यता कमी.

वैश्विक विचार, स्थानिक विहार

आपण जसजसे या विश्वाचे नागरिक अधिकाधिक मात्रेने होत आहोत, तसतसा आपण विचारही वैश्विक करायला शिकायला हवे. म्हणजे श्रीमंती फार्महाऊसवर/मोठ्या फ्लॅटच्या टेरेस गार्डनमध्ये कॉकटेल्स घेण्यापलिकडे जायला हवी. लक्षात घ्या की धोरणे आणि सत्तेची हाव ही सार्वत्रिक,सगळीकडे सारखीच आहे. जेव्हा आपण लोकशाहीत राहतो तेव्हा आपण समाज म्हणून काही बदल घडवून आणू शकतो. याबाबतीत आपण अमेरिकन लोकांकडून स्फूर्ती घ्यावी. ते ब्रेकफास्ट काय करतात त्याची नक्कल न करता त्यांच्या लोकशाहीतील सहभागापासून आपण शिकायला हवे. सामान्य माणसे राजकारणात सक्रिय सहभाग घेतात. त्यांच्या परिसरात 'बार' हवा की 'पेट्रोल पम्प' हे ठरवू शकतात. त्यांचे राजकारणी पोलीस आपल्या इथल्यासारखेच आहेत. पण सामान्य जनता अधिक जागरूक आहे. राजकारण्यांना जाब विचारायला ते कचरत नाहीत. आपल्याला त्यांच्याकडून शिकायला हवे व चांगले रस्ते, फूटपाथ, प्रदूषणमुक्त हवा, वाहतुकीची साधने याबद्दल आग्रही व्हायला हवे. समाजातील प्रत्येक घटकावर स्त्री-पुरुष, सर्वजाती धर्मातील व्यक्ती – याचा परिणाम होतो.

अर्थात आपल्याकडे अगदी निराशाजनक चित्र नाहीए. पोलिओमुक्त भारतासाठी 'रोटरी क्लब'ने मुख्य पुढाकार घेतला. सामान्य लोकांनी आपला रविवार खर्ची घालून ही मोहिम राबविली. या मोहिमेला यश मिळण्यासाठी अविरत प्रयत्न केले. लोकशाहीत आपण सरकारबरोबर काम करून त्यांच्याकडून कामे करवून घ्यायला हवीत.

३. त्यांचे खेळाप्रती प्रेम तुमच्या व्यवसायात बदलू नका

'खेळाचा आनंद घ्या' एवढेच तुम्ही मुलांना सांगा आणि तेच खरोखरीच तुमच्या मनातही असू दे. उद्याचे सचिन, सायना, सानिया घडवायला जाऊ नका.

तुमचे आयुष्य त्यांच्या खेळासाठी बदलायची गरज नाही. तसे केल्याने मुलांवर नकळत एक प्रकारे दबाव येतो. मग खेळाचा आनंद राहत नाही तर काहीतरी करून दाखविण्याचा ताण निर्माण होतो. खेळाचा हेतू आनंद घेण्याचा, विरुद्ध गटातील मुलांच्या खेळाचा देखील असायला हवा. माझ्या एका क्लाएन्टने सांगितलेली घटना — मुलीची 'स्वीमिंग कॉम्पिटिशन' बघण्यासाठी ते गेले होते. ते म्हणाले, सगळ्या मुली इतक्या चांगल्या होत्या, त्यांचे पोहणे झाल्यावर त्यांनी आपापले टॉवेल्स् घेतले. शरीर आणि डोके पुसले. ते अतीव कौतुकाने लेकीला न्याहाळत होते. मुलीने त्यांना न पाहिल्याचे नाटक केले. मग नंतर मुलगे पोहायला उतरले. पोहून झाल्यावर त्यांच्या आयांनी त्यांच्याकडे धाव घेतली आणि त्यांची डोके स्वतः पुसली. माझ्या क्लाएन्टला हे पाहून वाईट वाटले. आपल्या मुलीसाठी हे असे जोडीदार मिळणार का? असा प्रश्न त्यांना पडला.

म्हणून क्वचित टुर्नामेंटस् पाहायला जा. मुलांना स्वावलंबी होण्यासाठी खेळाचा उपयोग व्हायला हवा नाही तर पैसा, वेळ, कौतुक सगळे फुकटच समजायचे.

४. वर्षातून एकदा तरी मोबाईल चालणार नाही अशा ठिकाणी सुट्टी घेऊन जा

हिमालयात किंवा सह्याद्री पर्वतामध्ये ट्रेकला जा. राफ्टिंग ट्रीप घ्या किंवा सायकलिंग हॉलिडेवर जा. स्कीईंगला जाऊ शकता. म्हणजे जिथे भरपूर शारीरिक हालचाल करायची असेल, मोबाईलला रेंज नसेल आणि खरेदीयोग्य काही नसेल अशा ठिकाणी जा. अशा ठिकाणी तुम्ही एकमेकांना प्रोत्साहन द्याल. तुमची मुले विनातक्रार समोर आलेले खाद्यपदार्थ संपवतील. जेव्हा शरीराला काहीतरी, आव्हानात्मक करायची संधी मिळते, तेव्हा 'फील गुड हार्मोन्स्' शरीरात निर्माण होतात. तुमचे मूल लहान असेल तर अनेक प्रकारचे उपयुक्त जिवाणू त्याच्या पोटात निर्माण होण्यास मदत होईल. मूल ८-१२ वर्षाचे असेल तर समाज निसर्गाशी तद्रुप कसा होऊ शकतो हे पहावयास मिळेल. मूल पौगंडावस्थेतील असेल तर तुमच्यातील नातेसंबंध दृढ होतील आणि अशा वातावरणात मुले त्यांची गुपिते तुमच्यासमोर उघड करण्याची शक्यता वाढेल.

या पुस्तकाच्या दुसऱ्या भागात यासंबंधी अधिक वाचा.

५. हवामानाचे कारण देऊन खेळ थांबवू नका

बऱ्याच मुलांना आई-वडील पावसात, खूप थंडीत, उन्हाळ्यात खेळायला मज्जाव करतात. हवामानातील बदल नैसर्गिक असतात आणि नेमाने ऋतू बदलत असतातच. त्यामुळे मुलांना खेळायला बाहेर सोडा. मुले हवामानानुसार खेळात बदल करण्यास शिकतात. उदा. उन्हाळ्यात क्रिकेट, पावसाळ्यात फुटबॉल इ. तुम्ही मुलांना घरातच कोंडले तर ती टी.व्ही., आय पॅड, मोबाईल वापरतील आणि जंक फूडची मागणी वाढेल. I family च्या सर्वेक्षणानुसार कुठचेही गॅजेट (टी.व्ही., मोबाईल, आय् पॅड इ.) वापरणाऱ्या मुलांच्या वागणुकीत फरक पडतो. (किती वेळ घालवितात याचा फारसा फरक पडत नाही.) मुले SSB (शुगर स्वीटन्ड् बेव्हरेजेस् — कोलासारखी ड्रिन्क्स्) ची मागणी अधिक करू लागतात. जंक फुडचे आकर्षण वाढू लागते. म्हणून मुलांना हवामानाचे कारण सांगून घरात बसवून ठेवू नका. गला त्रास होतोय असे सांगायला, पण खरंच मुलींना रंग काळा होईल म्हणून दुपारी पोहायला पाठवायचे नाही असे करू नका. जग हे तुमच्या रंगावर आनंदी किंवा दयाळू होणार नाही. तुम्ही खंबीर आणि स्वावलंबी असणे सगळ्यात महत्त्वाचे आहे. मुलग्यांना सुद्धा उंच गवतात जाण्यासाठी डास चावतील या भीतीने थांबवू नका. मुलगे मजबूत व्हायला हवेत, दुसऱ्यांवर अवलंबून राहणारे नकोत.

मुख्य म्हणजे सुदृढता, आरोग्य हे तुम्ही कसे दिसता, कुठच्या 'साईझ'चे कपडे घालता, वजन-उंची काय आहे याच्याशी निगडीत नाही. हे मुलांच्या मनावर बिंबवा. 'फीट' असण्याचे फायदे त्यांच्या लक्षात येतील असे पहा. चांगले आरोग्य हा उत्तम वाढीचा, बदलाचा, शिक्षणाचा, सर्वसमावेशक जीवनाचा पाया आहे. बाह्यसौंदर्याला फक्त महत्त्व देऊ नका. तुम्ही चांगले आयुष्य जगता तेव्हा ते तुमच्याकडे पाहून कळते. पण मुद्दा असा आहे की तुम्ही चांगले जगा म्हणजे मुले ते बघतील.

आणि हो, हालचालीचे (ॲक्टीव्हीटी) महत्त्व लक्षात असू द्या. दूरदृष्टीने विचार केला तर व्यायामापेक्षा पण हालचालींना महत्त्व आहे. काही गोष्टी स्वत: घरात करा. आठवड्यातून एक दिवस तरी स्वत: कपडे धुवा, स्वत:च्या खोलीची लादी पुसा, पंखे पुसा. स्वत:चे अंथरुण रोज स्वत:च घाला. चहा-कॉफीचे स्वत:चे कप उचलून धुऊन ठेवायची सवय लावून घ्या. ड्रायव्हरला बॅग उचलून घरी आणून ठेवायला सांगू नका. स्वत:च उचला. असे कर्ते घर आनंदी असते.

आनंदी घर निरोगी असते. घरातील कर्ता पुरुष असणे म्हणजे सोफ्यावर आरामात बसणे नव्हे. तुम्ही असा विचार करत असाल तर जीवनशैलीशी निगडित आजार पावलापावलाने तुमच्याजवळ सरकत आहेत.

महत्त्वाचे – मोकळे मैदान सगळ्यांना वापरू द्या

स्त्री-पुरुष सर्वांना मोकळ्या जागा उपलब्ध व्हायला हव्यात म्हणजे त्यांना चांगल्या आरोग्याची प्राप्ती होईल आणि वाढही व्यवस्थित होईल. गरीब वस्त्यांमधील मुलांना तर याची फार गरज आहे. आपण स्वत:ला वैश्विक नागरिक इ. समजतो पण बागेत आपल्या मुलाच्याशेजारी झोपडपट्टीतील मूल असेल तर आपण अस्वस्थ होतो. तुम्हाला तसं वाटलं तर ठीक आहे पण मग बजावा स्वत:ला की सौंदर्य आणि शांती असलेल्या जगात प्रत्येकाला समान संधी मिळायलाच हवी, विशेषत: सार्वजनिक ठिकाणी तर नक्कीच. मोठ्या मनाने हे स्वीकारा. अलिकडेच मलबार हील मधील श्रीमंतांनी बाजूच्या झोपडपट्टीवासियांच्या मुलांसाठी बागांमध्ये प्रवेश नाकारावा अशी मागणी केली होती. ह्याच लोकांचे फोटो फॅशन मॅगेझीन्स् मध्ये गरीबांसाठी मदत करताना झळकतात. पण खरी 'चॅरिटी' तेव्हाच सुरू होईल, जेव्हा श्रीमंतांची मुले आपली पाळी येण्यासाठी घसरगुंडी, झोपाळ्याशी थांबून वाट पाहतील.

आणखी महत्त्वाचा मुद्दा - मुलींना सार्वजनिक बागा, मोकळी मैदाने इथे कितपत खेळायला मिळते? सगळी मोठी मैदाने मुलगे काबीज करून बसले आहेत. शाळांमध्ये, घरांमध्ये आपण त्यांना मुलींना खेळात सहभागी करून घेण्याचे शिक्षण द्यायला हवे. किंवा ठराविक दिवस किंवा ठराविक जागा मुलींसाठी राखून ठेवायला हवी. स्त्रियांना पार्लमेंटमध्ये राखीव जागा मिळोत अथवा न मिळोत, मी त्याची पर्वा करत नाही. कारण त्या राखीव जागा मुली, सुना, वहिन्या यांच्यासाठी ठेवल्या जातात. मात्र मैदानात राखीव जागा किमान ३ ते ५ वर्षे मिळाल्याच पाहिजेत. बदल सावकाश होतात. सुरुवातीला मुली/स्त्रिया नाही येणार, पण हळूहळू येऊ लागतील. राजकारणातही पाच वर्षे देतोच ना आपण. तसेच खेळण्यासाठीही देऊ. मग माझे शब्द खरे होतील की नाही पहा - भारतीय स्त्रिया वैयक्तिक खेळातच नाही तर सामुहिक खेळातही चमकतील.

वजनघट कायमस्वरूपी असावी

बऱ्याच स्त्रियांना, विशेषत: बाळंतपणानंतर, स्वत:ला नव्याने सिद्ध करण्याची इच्छा होते. वजन उतरवणे हा मार्ग त्यासाठी बऱ्याचजणी निवडतात. मग कुठला तरी नावीन्यपूर्ण आहार – किटो, फक्त प्रोटीन्स, सॅलडस् असे अघोरी उपाय करतात. असा त्रास करून घेणे किंवा कसलातरी त्याग वगैरे करून कोणी आनंद, आरोग्य मिळवू शकत नाही. कदाचित काही आठवडे तुम्ही शिडशिडीत दिसाल. पण परत पूर्वपदावर याल. 'वजनघट' हाच एक विचार, त्यावर चर्चा, त्यासाठी धडपड असे चालू होते. हा असा आदर्श मुलांसमोर, खास करून मुलींसमोर, ठेवणे सर्वस्वी चुकीचे आहे. एक लक्षात ठेवा की, तुम्ही अचानक बेढब दिसू लागत नाही. आपण बेढब होण्याचे खापर लग्न, बाळंतपण, कामाचे स्वरूप इ. गोष्टींवर फोडतो. नीट खोलवर विचार केलात तर खरे कारण उमजेल. तुम्ही लहान असल्यापासून १५-१६ वर्षाच्या होईपर्यंत ॲक्टिव्ह नव्हता किंवा पाहिजे तेवढे खेळतही नव्हता. कदाचित मुद्दामही तुम्ही हे केले असेल, नाजूक दिसावे म्हणून. तुमच्या मुलीने तुमच्याकडून हे उचलले तर कल्पना करा तिचे केवढे नुकसान होईल आयुष्यात. आत्मनिर्भर, आत्मविश्वास असणाऱ्या मुली आपल्याला हव्या आहेत. हे त्या तुमच्या वागण्यामधून शिकतील, पुस्तकांमधून किंवा बोलण्यातून नाही.

झाले ते झाले, ते दिवस परत येणार नाहीत. पण अजून उशीर झालेला नाही. आता चालू करा. हळूहळू प्रगती करा आणि कायम करत रहा की तुमचे वजन कायमचे आटोक्यात राहील. तुम्ही दहा ते पंधरा वर्षे सुडौल नव्हतातच, फक्त ते तुमच्या आता लक्षात आले आहे म्हणून घाईघाईने वजन कमी करायला जाऊ नका. हळूहळूच वजनघट होऊ द्या. पुढील तीन वर्षांत वजन कमी झाले तरी हरकत नाही. कदाचित नाजूक दिसावे ह्या हेतूने तुम्ही मुद्दाम तसे केले नसेल पण कल्पना करा, तुमच्या मुलीने तुमची ही सवय उचलली, तर केवढे नुकसान होईल तिचे!

ते कायमचे कमी होईल आणि तसेच कायम राहील आणि तुमची मुलगी स्वत:च्या वजनाबाबत, दिसण्याबाबत उगीचच जास्त बाऊ करणार नाही. तुमच्या दोघींसाठी ही खूपच चांगली गोष्ट आहे, बरोबर?

टोकाचे पाऊल न उचलता वजन कमी करायचे असेल तर

- मुलाच्या जन्मापूर्वी दहा वर्षे 'फिट' असाल, तर सहा ते नऊ आठवड्यात शरीर पूर्ववत होईल.

- मुलाच्या जन्मापूर्वी, पाच वर्षं बेढब शरीर झाले असेल तर नऊ ते बारा महिने सुडौल होण्यासाठी लागतील.
- इंजिनिअरिंग, मेडिकल इ. शिकण्यासाठी जर वसतिगृहात रहात असाल तर दोन ते तीन वर्षे लागतील.
- IVF ने बाळ झाले असेल तर वर दिलेल्या कालावधीत आणखी एक वर्ष अधिक करा.

●

प्रकरण - ४

मुलांसाठी - हालचाली करा

बालपण म्हणजे चपळ शरीर आणि स्थिर मन. मुले कुतूहलाने आसपास बघत असतात आणि त्याबद्दल माहिती घेण्यास उत्सुक असतात. त्यांच्यामधील शहाणपणाचे ते द्योतक आहे. तसेच ज्या चपळाईने, हुशारीने शरीराच्या हालचाली करतात ते सुद्धा शहाणपणाचे निर्देशक आहे. या गुणांना आपण खतपाणी घालायचे सोडून ते कमी व्हावे यासाठी प्रयत्न करतो. त्यांच्या उत्सुकतेला दाबण्याचा प्रयत्न करतो. त्यांच्या वेगावरही मर्यादा घालू पाहतो. मुले व्हरांड्यांमध्ये धावली तर शाळांमध्ये शिक्षा दिली जाते. आशा आहे की मोठी माणसे समजूतदार होतील आणि बालपणाचा उत्सव करायचा असतो हे जाणतील. तरी मुलांनो, तुम्ही आमच्यासारख्या मूर्ख, मोठ्यांशी कसे भांडू शकता ते सांगते.

मुलांनी फिट राहण्यासाठी करायच्या पाच गोष्टी

१. तोल साधण्यासाठी सायकलींग, स्केटींग, स्कीईंग किंवा जिम्नॅस्टीक्स् शिका.

जेव्हा तुम्ही बाळ असता, तेव्हा स्वत:हून काहीही हालचाल करत नसता. यथावकाश तुम्ही सरकू लागता. मग डोकं वर उचलण्याचा प्रयत्न करता आणि ते स्थिर ठेवू लागता. मग पालथे पडू लागता आणि रांगू लागता. हळूहळू पाठीचा कणा स्थिर होत जातो. मग चालणे, धावणे हे पण होऊ लागते.

आता आणखी प्रगती करायची आहे. शरीराला 'कायनेस्थेटीक इन्टेलीजन्स' शिकवायचा आहे. (पडलं-झडलं तर पटकन स्वत:ला सावरण्याची क्रिया) शरीराला ह्यासाठी तोल साधण्याचे उपाय म्हणजे सायकलींग, स्केटींग, स्कीईंग, जिम्नॅस्टीक्स् इ. उपयोगी आहेत. आपल्यासारख्या देशात कधीकधी मुलगी/स्त्री असणे सुद्धा मोकळ्या वावरासाठी बंधनकारक ठरते. जेव्हा मूल रांगायला सुरुवात करते, तेव्हाच तोंडातून शब्द फुटू लागतात. 'भाषा शिकणे' ही एक अवघड प्रक्रिया

समजली जाते आणि हालचाल केल्यामुळे बोलणेही शक्य होते. आठवड्यातून ३-४ तास तरी तोल साधण्याच्या क्रियांना प्राधान्य द्या. शरीर आणि मेंदू दोहोंमध्ये सामर्थ्य, शक्ती येईल. मेंदू तल्लख होईल, तो स्वतंत्र विचार करू लागेल.

जिममध्ये गेलो तर चालेल का?

'हो' हे थोडक्यात उत्तर. तुम्ही जिमला पंधराव्या वर्षापासून नक्कीच जाऊ शकता. आठव्या वर्षापासूनही जाऊ शकता, पण चांगल्या प्रशिक्षकाच्या मार्गदर्शनाची गरज आहे. चांगल्या प्रशिक्षकाला व्यायामाचे विज्ञान, कायनेसिऑलॉजी, बायोमेकॅनिक्स् -- याची माहिती असते. पौगंडावस्थेतील मुलांच्या प्रशिक्षणाचे विशेष ज्ञान त्याने प्राप्त केलेले असावे. (Adolescent Training Programme - ATP)

जिममध्ये आठवड्यातून एकदा ३० ते ४५ मिनिटे जावे. एरव्ही बाकीच्या ॲक्टीव्हीटीज् चालू ठेवाव्यात. तुम्ही 'फेल्युअर' (एखादी गोष्ट करायला न जमणे) ची तयारी ठेवायला हवी. जेव्हा तुम्ही एखादा व्यायाम प्रकार 'रिपीट' करू शकत नाही, तेव्हा तुमच्या प्रशिक्षकाला ते समजेल म्हणून जिममध्ये इतकीच वजने उचलण्याचा सराव करा की ज्यात फेल्युअर येणार नाही. अठरा-वीस वर्षे वयापर्यंत ही काळजी घ्या. एकवीस वय पार केलेत की मात्र 'फेल्युअर'चा सामना करावा लागेल इतकी वजने उचला. लहान मुलाच्या शरीराच्या वाढीसाठी 'फेल्युअर'च्या उत्तेजनाची गरज नसते. मोठं झाल्यावर मात्र या उत्तेजनेमुळे शरीराची नीट वाढ होते. म्हणजेच शरीर व्यायामाला अनुकूल होऊ लागते.

'जिम'ला गेल्यामुळे उंची खुंटते हा एक मोठा गैरसमज आहे. तसेच सायकलींग, बास्केटबॉल यामुळे उंची वाढते हासुद्धा गैरसमजच आहे. याला 'रिव्हर्स सिलेक्शन ऑफ स्पोर्ट' असे म्हणतात. व्यवसाय म्हणून फुटबॉल खेळणाऱ्या व्यक्ती बहुतांशी उंचनिंच असतात आणि 'पॉवर लिफ्टिंग' करणाऱ्या ठेंगण्या-ठुसक्या असतात. याचे कारण त्यांच्या कमी-अधिक उंचीचा त्या त्या खेळासाठी फायदा होतो. पण, फुटबॉलर्स तसेच पॉवरलिफ्टिंग मध्ये असणारे, सर्वांना 'जिम' करणे आवश्यक आहे. त्यामुळे त्यांचा खेळ सुधारतो आणि दुखापतींपासून बचाव होतो.

२. मुलांसाठी योगासने उत्तम आहेत पण प्राणायाम आणि ध्यानधारणा नाही

खरे म्हणाल तर योगासने निसर्गाकडून प्रेरणा घेऊन बनली आहेत. नद्या, झाडे, डोंगर, सिंह, मयूर आणि लहान मुले हा योगासनांचा प्रेरणास्त्रोत आहे. म्हणून मुलांना योगासने शिकण्याची तशी गरज नाही. योग मुलांकडून शिकला पाहिजे. शरीर हलके ठेवण्यासाठी (लघु) आणि मन मोकळे, उत्सुक ठेवण्यासाठी लहान मुलांकडून धडे घ्यायला हवेत.

पण तरी तुम्ही योगासनांच्या क्लासला जात असाल अथवा शाळेत योगवर्ग घेत असतील तर ९०% भाग शारीरिक हालचालींचा असायला हवा. सुरुवातीला छोटीशी प्रार्थना म्हणण्यापर्यंत ठीक आहे. पण त्या पलीकडे ध्यानधारणा, श्वासाचे व्यायाम नसावेत.

जेव्हा पातंजली मुनींनी (५००० वर्षांपूर्वी पातंजली नावाचे मुनी होऊन गेले आणि भारतामध्ये योगविज्ञानाचा प्रसार त्यांनी केला. त्यांनी पातंजली योगसूत्रे लिहिली आहेत. (बाबा रामदेव विकत असलेल्या उत्पादनांशी त्यांचा काडीचा संबंध नाही.) सर्व योगप्रकारांचा अभ्यास करून त्यातील उत्तम ते लोकांसमोर ठेवले आणि योगशिक्षणाला दिशा दिली. याला अष्टांग- आठ अंग किंवा पायऱ्या, असे म्हणतात. त्यानुसार पहिल्या तीन पायऱ्या – यम, नियम आणि आसने या रोज आचरणात आणायच्या. त्यानंतर प्राणायाम, प्रत्याहार, ध्यान, धारणा, समाधी या पुढच्या पाच पायऱ्या येतात. 'यम' म्हणजे स्वत:वर समाजाशी व्यवहार करण्यासाठी घातलेली बंधने. कोणाला एक थप्पड मारावीशी वाटली तरी मारायची नाही. याची सवय करावी लागते. नियम म्हणजे स्वत: पाळावयाची तत्त्वे. उदा. वर्गात वेळेवर जाणे, दिलेला अभ्यास वेळेवर पूर्ण करणे इ. योगासने म्हणजे शरीराला निसर्गाचे अनुकरण करून विशिष्ट स्थितीत आणणे. उदा. पर्वताकडे पाहून स्फूर्ती घेत पर्वतासन. काटकोनाकडून स्फूर्ती घेऊन त्रिकोणासन इ. ही सर्व आसने तुम्ही करायला हवीत.

बाकीच्या पाच गोष्टी तुम्ही करू नयेत. निदान क्लासमध्ये त्याचे प्रमाण जास्तीत जास्त दहा टक्के असावे. योगाचा आता व्यापार झाला आहे; प्रसिद्धी पण खूप झाली आहे. त्यामुळेच योगशिक्षकांची संख्या वारेमाप वाढली असून ते कदाचित तुम्हाला पहिल्या तीन पायऱ्यांपलीकडे नेण्याचा प्रयत्न करतील. पण या

गोष्टी शिकविण्याच्या नाहीत. मुलांनी करायच्या तर नक्कीच नाहीत. म्हणून फार किचकट काही न करता साधी गोष्ट करा. मूल सात वर्षाचे झाले की रोज पाच सूर्यनमस्कार घालावयाचे. एक सूर्यनमस्कार म्हणजे बारा आसनांचा समूह. एकदा डाव्या बाजूने आणि नंतर उजव्या बाजूने सुरुवात करायची. आपले शरीर चपळ राहण्यासाठी, समतोल साधण्यासाठी, लवचिकता येण्यासाठी हे उपयुक्त आहे. कुठचाही रॅकेट स्पोर्ट खेळत असाल तर जास्तच फायदे आहेत. सूर्यनमस्कारचा व्हिडिओ तुम्ही पुढील वेबसाईटवर पाहू शकाल. – http://goo.gl/2FgYAu

३. केव्हाही अभ्यासापेक्षा खेळाला महत्त्व द्या

खरं म्हटलं तर हे कठीण नाही, हो ना? खूपशी मुले दहावीत-बारावीत आहेत, म्हणून खेळाला रामराम ठोकतात. पण हे बरोबर आहे? शिक्षण महत्त्वाचे आहेच, पण सर्वसमावेशक शिक्षण जास्त महत्त्वाचे आहे. तुम्हाला परीक्षेत मिळालेले गुण तुम्ही किती हुशार किंवा ढ आहात याचे द्योतक नसतात. परंतु तुमच्यातील आळस किंवा थंडपणा तुमच्या आयुष्यातील यश ठरवितात. त्यामुळे रोजचा खेळ कुठच्याही परिस्थितीत चुकवू नका — शिकवणी, होम वर्क, उजळणी काहीही असो. कारण दूरदृष्टीने पाहिले तर या खेळाचेच खूप महत्त्व आहे. खेळणे तुमच्या शरीरातील प्रत्येक पेशीच्या, मेंदूतील सुद्धा, वाढीला इंधन पुरवत असते. कुठच्या तरी तात्पुरत्या आनंदासाठी – हातावर स्टार वगैरेसाठी, या पेशींच्या वाढीत अडसर आणू नका.

४. एखादे वाद्य, गाणं किंवा नृत्य शिका

याचे महत्त्व सांगण्यास माझ्याकडे पुरेसे शब्द नाहीत. तुम्ही एखाद्या कलेचे शिक्षण घ्याल तेव्हा गाणे 'बघू' शकाल आणि रंग 'ऐकू' शकाल. हे मी सांगून तुम्हाला कळणार नाही. तुम्हाला अनुभवावे लागेल. त्यासाठी किमान तीन ते पाच वर्षे आठवड्यातील दोन-तीन तास खर्च करावे लागतील. तुमच्या मेंदूची वेगळ्या प्रकारे जडणघडण होते. दोन शब्दांमधली शांतता तुम्ही ऐकू शकाल. हालचालीतील स्थैर्य अनुभवू शकाल. शरीरातील स्नायूंमधील मज्जातंतूंची संख्या वाढते. इतरांपेक्षा तुम्ही लवकर प्रगल्भ होता आणि वृद्धत्व मात्र उशीरा येते. तुम्ही उस्ताद झाकीर हुसेन, पं. जसराज, वैजयंतीमाला यांना बघा. ते त्यांच्या वयापेक्षा वीस वर्षांनी तरी लहान दिसतात आणि ते कला सादर करतात तेव्हा त्यांचे वयच कळत नाही.

५. दररोज नव्वद मिनिटे कुठचेही खेळ खेळा

याबद्दल मी आधीसुद्धा लिहिले आहे. पण तुम्हाला माहितीए, कधीकधी पाठपुरावा सुद्धा सातत्याने करावा लागतो. अगदी प्रत्येक दिवशी तुम्ही खेळायला हवे. तुमची महत्त्वाची परीक्षा असो, तुम्ही प्रवासाला जात असाल, कोणी राहायला घरी आले असेल तरीही खेळाच. (ज्यादिवशी तुम्हाला फसवल्यासारखे वाटत असेल, सगळे संपले अशी भावना येत असेल, घरातून पळून जावेसे वाटत असेल तरीही खेळा. हे फक्त पंधरा वर्षे किंवा त्याहून जास्त वयाच्या मुलांना लागू होईल.) खेळलात की तुम्ही आनंदी व्हाल आणि गोष्टी आपल्या हाताबाहेरच्या नाहीत याची खात्री वाटू लागेल. तुमचा आत्मविश्वास वाढेल. तुमच्या पोटातील उपयुक्त बॅक्टेरिया वाढतील, रक्तप्रवाह सुधारेल. शरीरातील प्रत्येक पेशीला, मेंदूतील पेशींना सुद्धा, पुरेसा रक्तपुरवठा होईल.

खरे तर नव्वद मिनिटे खेळा. पण साठ मिनिटे तरी कमीत कमी खेळण्यासाठी वेळ काढाच. आणि हे मैदानी खेळ, घरातील बैठे खेळ नव्हे. बॅडमिंटन, बास्केट बॉल, धावणे काहीही चालेल पण व्हिडिओ आणि बोर्ड गेम्स् नकोत. थोड्या वेळासाठी तरी जोराची हालचाल (high intensity activity) होणे खूप गरजेचे आहे. रविवारी आणि सुट्टीच्या दिवशी जास्त खेळा. मॉलमधली 'प्ले एरिआ' यात धरायची नाही. खराखुरा खेळ, घामटं काढेल असा, मातीतील खेळ.

अत्यंत महत्त्वाचे – सतत हालचाल करा. ॲक्टिव्ह रहा.

एक्सरसाईज – व्यायाम आणि ॲक्टीव्हीटी – हालचाल यात खूप फरक आहे. ज्या शारीरिक हालचाली आपल्या दैनंदिन जीवनात करतो त्या 'ॲक्टीव्हीटी'मध्ये गणल्या जातात. उदा. शाळेत चालत जाणे, आपली खोली स्वच्छ करणे, स्वतःचे ताट धुणे इ. वैज्ञानिक दृष्ट्या पाहिले तर हृदयाच्या आरोग्यासाठी ॲक्टीव्हीटीज् व्यायामापेक्षा जास्त फायदेशीर आहेत. दैनंदिन जीवनात ॲक्टीव्ह राहण्यासाठी संधी शोधा. शाळेत, घरी, सार्वजनिक जागी जास्तीत जास्त उपयोगी ठराल असे पहा. आपल्या आयुष्यातील सर्वाधिक सत्ताहीनतेचा काळ (Powerless period) म्हणजे बालपण. तुम्ही अन्न, सुरक्षा, पैसा प्रत्येक गोष्टीसाठी कोणावर तरी अवलंबून असता. ॲक्टीव्ह राहिलात तर तुम्ही उपयुक्त ठरता. माझे आजोबा, आप्पा नेहमी सांगत – कामावे तो सामावे. म्हणून दररोज उपयुक्त कसे ठराल

याचा विचार करा. स्वत:चे कपडे उचला, स्वत:ची बॅग भरा, स्वत:चा डबा धुऊन ठेवा. स्वत:चे अंथरुण घाला. घरातील कचरा आठवड्यात एखादे वेळेस काढा. कधीतरी सोसायटीच्या आवारात देशी झाड लावा. उत्सवाच्या तयारीसाठी मदत करा. सार्वजनिक जागी स्वयंसेवकाचे काम करा. करण्यासारख्या अगणित गोष्टी आहेत. तुम्ही स्वत: विचार करून 'ॲक्टीव्हीटीज्'चे दोन भाग करा. एक जी रोज कराल आणि दुसरी जी महिन्याभरात एखाद्या वेळेस कराल. तुम्ही कोणाकडे पाहुणे म्हणून गेलात तर घरच्यापेक्षा जास्त काम करा. तुम्हाला वाढतील ते प्रेमाने आणि कृतज्ञतेच्या भावनेने खा. टेबल लावायला, साफ करायला मदत करा.

स्वयंपाकातील छोट्या छोट्या गोष्टी करायला शिका. दही विरजणे, दूध उकळवणे, चहा करणे (पालकांसाठी व पाहुण्यांसाठी) तुम्ही चहा, कॉफी, चॉकलेटपासून लांब रहा. 'ॲक्टीव्हीटी' करण्याने तुमच्या परीने तुम्ही हे जग सुंदर करता. अशाने तुम्ही लवकर स्वतंत्र, स्वावलंबी बनता. शुभस्य शीघ्रम्.

आपली संपदा - तरुणांची संख्या

ऑक्टोबर २०१५ मध्ये बर्लिन येथील सुंदर उपनगरात, पॉटस्डम येथे मी एका कॉफी शॉपमध्ये बसले होते. रोज सकाळी क्लासला जाण्यापूर्वी कॉफी घेण्यास मी येथे येत असे. मी 'फ्यूचर फूडस्'चा कोर्स करण्यासाठी युनिव्हर्सीटीत आले होते. इथे एखाद्या चित्राप्रमाणे सगळे आखीव रेखीव दिसत होते. छान कॅफेज्, फूटपाथ, ट्राम्स्, सायकलींग ट्रॅक्स् इ. पण कसली तरी उणीव भासत होती. रोज सकाळी मी कॅफेमधील खिडकीत बसून बाहेर पहात विचार करायचे की काय टोचतेय मला नेमकं? साधारण आठवड्यानंतर मला 'युरेका'प्रमाणे एकदम लख्खकन् लक्षात आले की नेमकी कशामुळे मी अस्वस्थ होतेय. लफडे असे होते की रस्त्यावर प्रामुख्याने वृद्ध लोकच दिसत होते. म्हणजे ते आजारी-बिजारी नव्हते, धडधाकट होते पण सगळे पन्नाशी, साठी, सत्तरीतले. चाळिशीतले त्यातले त्यात तरुण. मी माझ्या खारच्या ऑफिसमधून बाहेर बघते, तेव्हा मला कमीत कमी ४-५ मुले, काही १६-१७ वर्षाची, काही विशी-पंचविशीची दिसत असत. घरी जाताना मला खूपच मुले दिसतात. कारण वाटेत दोन शाळा, एक नृत्य वर्ग आणि एक

कॉफी शॉप आहे. म्हणजे मला पन्नास व त्याच्या पुढच्या वयाचीही माणसे दिसतात. पण तरुणांची आणि मुलांची संख्या अधिक. मला वाटले की खार हे पॉट्सडम पेक्षा समृद्ध आहे. कारण रस्त्यावरच्या दृश्यांमध्ये हास्य विनोद, मौजमजा आणि मुख्य म्हणजे तरुणांच्या डोळ्यातील आशा दिसते आणि हीच तर खरी संपदा.

●

भाग दुसरा : प्रत्यक्ष अंमलबजावणी

भाग २अ - वयानुसार

१) शून्य ते दोन वर्ष

पहिले एक हजार दिवस – स्त्री प्रेग्नंट राहिल्यापासून ते मूल दोन वर्षाचे होईपर्यंत – हे अत्यंत महत्त्वाचे असतात. याच काळात मेंदूची वाढ होते, पोषणाचा पाया घातला जातो आणि आरोग्यपूर्ण भविष्याची एक प्रकारे पायाभरणी होते. खरं म्हणजे या महत्त्वाच्या काळात पोषण व्यवस्थित झाले नाही तर त्याचा परिणाम पुढील पिढ्यांवरसुद्धा होतो. काही दीर्घकालीन आजार पुढील पिढ्यांमध्ये होण्याची शक्यता वाढते. म्हणून हा काळ मुलांच्या भविष्यातील आरोग्यासाठी अतीव महत्त्वाचा आहे.

तीन अत्यंत महत्त्वाची शाश्वत स्वरूपाची ध्येये : शून्य दारिद्र्य, शून्य भूक, सर्वांसाठी आरोग्य आणि कल्याण, या कालावधीतच यांची मूळे रोवलेली आहेत. या काळात पोषण नीट झाले तर देशाचे GDP - (Gross domestic Product) तब्बल १२% नी वाढेल. अनेक जीव वाचतील. आरोग्यसेवेवरील खर्चाचा बोजा उतरेल. सगळ्यात महत्त्वाचे म्हणजे शिक्षण, आरोग्य, मिळकत या सर्वच बाबतीत जी प्रचंड दरी निर्माण झालेली आहे ती कमी होईल. आपल्या देशात कुपोषितांची संख्या जगामध्ये सर्वाधिक आहे आणि त्याचबरोबर स्थूल बालकांच्या यादीत आपला देश दुसऱ्या क्रमांकावर आहे. ह्या सत्याकडे डोळेझाक करता येणार नाही. म्हणून हा शून्य ते दोन वर्षांचा काळ आपल्यासाठी खूप महत्त्वाचा आहे. आपल्या मुलांना 'बेबी फॉर्म्युला' देत असू तर आपली पोट सुटण्याची तयारी तेथेच चालू होते. यामुळे उद्योग भरभराटीला येईल आणि मुलांच्या कंबरेचा घेरही वाढेल आणि सगळ्यात वाईट काय? तर मुलांच्या पोटातील उपयुक्त बॅक्टेरियाची संख्या आणि प्रकार दोन्ही कमी होईल. आपल्या खाद्यसंस्कृतीनुसार खाल्ले तर हे टाळता येते. आता मी नवजात बालकांच्या तीन महत्त्वाच्या खाद्य प्रकारांकडे वळते.

पण अगदी महत्त्वाचे म्हणजे पहिले सहा महिने फक्त स्तनपान करणे. त्याच्या

तोडीचे दुसरे काहीही नाही. WHO (World Health Organization) आणि UNICEF (United Nation International Children's Emergency Fund) नी स्तनपानाबद्दल काय म्हटलेय ते पुढे वाचा.

- बाळाचा जन्म झाल्यावर पहिल्या एक तासात स्तनपानास सुरुवात.
- फक्त स्तनपान – म्हणजे मुलाला इतर कुठचाही द्रवपदार्थ, पाणीसुद्धा न देणे.
- मागणीनुसार स्तनपान – मूल रात्री, दिवसा जितक्या वेळा मागेल तितक्या वेळा.
- बाटलीचा वापर नको.

नवजात बालकांसाठी आईचे दूध हेच नैसर्गिक खाद्य असून त्यातून पहिल्या काही महिन्यांमध्ये लागणाऱ्या सर्व पोषक द्रव्यांचा, ऊर्जेचा पुरवठा होतो. मूल सातव्या महिन्यापासून वर्षाचे होईपर्यंत या दूधातून मुलाच्या पोषक द्रव्यांच्या गरजा ५०% किंवा त्याहूनही अधिक प्रमाणात पूर्ण होऊ शकतात. दुसऱ्या वर्षात या गरजा ३३% इतक्या पूर्ण होऊ शकतात.

स्तनपानामुळे आईचे आरोग्य सुधारते. मुलांच्या भावनिक गरजा पूर्ण होतात. आईला ओव्हरीअन (बीजांडकोष) कॅन्सर किंवा ब्रेस्ट कॅन्सर होण्याची शक्यता कमी होते. कुटुंबाच्या दृष्टीने या सर्व गोष्टी फायदेशीर ठरतात. पर्यायाने देशाचा फायदा होतो. परिसराला कुठचाही धोका संभवत नाही.

आता शून्य ते दोन वर्षे वयाच्या बालकांसाठी सर्वाधिक उपयुक्त तीन पदार्थ पाहू.

१. देशी गाईचे दूध

जर आईला पुरेसे दूध येत नसेल किंवा अन्य काही कारणाने स्तनपान शक्य नसेल तर दुसरा उत्तम पर्याय म्हणजे देशी गाईचे दूध. हे दूध पचायला सोपे असते. बाळाला उपयुक्त बॅक्टेरियांचा पुरवठा होतो. व्हिटॅमिन्स्, मिनरल्स्, प्रोटीन्स् ही मिळतात.

मात्र हे दूध पाणी घालून थोडे पातळ करावे व त्यात वावडींग घालून उकळवावे. वावडींग आयुर्वेदिक औषधांच्या दुकानात मिळते. आजीच्या बटव्यातही हे तुम्हाला सापडेल. वावडिंगामुळे मुलाला जंतुसंसर्गापासून संरक्षण मिळते. त्याचप्रमाणे दूध पचणे सोपे होते. बाळाला गॅस होत असेल किंवा पोट ठीक रहात नसेल तर हे त्रास वावडींगाने कमी होतात. याला 'फॉल्स पेपर' - 'खोटी मिरी'

असेही म्हणतात. ज्या देशात पूर्वापार खाद्यसंस्कृतीचे ज्ञान आहे, तिथे 'इन्फंट फॉर्म्युला' वापरला जातो हे आपले दुर्दैव आहे. अनेक हॉस्पिटल्स मध्ये मूल जन्माला आल्याबरोबर आईचे दूध न देता 'इन्फंट फॉर्म्युला' देतात. ह्या 'इन्फंट फॉर्म्युला'मध्ये कमी प्रतीची साखर जास्त प्रमाणात असते. पोषक द्रव्ये कमी असतात आणि पोटातील उपयुक्त बॅक्टेरियांचे प्रकार नगण्य असतात. हे माहीत असूनही हा फॉर्म्युला वापरण्यास सांगायला कोणी मागे-पुढे पहात नाही. पालकांनाही ते विकत घेण्यात काही चूक आहे असे वाटत नाही. फिलीपाईनमध्ये मध्यंतरी मुलांच्या हॉस्पिटलच्या भिंतींवर लावलेल्या 'इन्फंट फॉर्म्युला'च्या विरोधात बराच गदारोळ झाला. त्यात स्तनपानापेक्षा 'फॉर्म्युला' फायदेशीर असल्याची जाहिरात केली होती. भारतामध्ये सुद्धा 'फॉर्म्युला'मध्ये GMO सारखे बंदी असलेले पदार्थ आढळून आले होते. मुलांना या 'फॉर्म्युला'चा त्रास होत होता; मी असे धरून चालते की भारतीय डॉक्टर्स 'फॉर्म्युला' मुलांना द्यायला सांगतात. कारण त्यांच्या अभ्यासक्रमात 'न्युट्रीशनीझम' (पदार्थाचे एखाद्या पोषक तत्त्वासाठी केलेले उदात्तीकरण) शिकवले गेले आहे. फुड कंपन्यांच्या दबावाखाली येऊन ते असे करत नसावेत अशी मी मनापासून आशा करते. आपण सामान्य लोकांनी मात्र देशी पदार्थांचा पाठपुरावा केला पाहिजे. जे आपल्याकडे पूर्वापार वापरले जात आहेत. प्रचंड प्रमाणावर उत्पादित केलेले, जाहिरातींमुळे प्रसिद्ध झालेले पदार्थ मुलांना देऊ नयेत.

देशी गाय

भारतासारख्या विकसनशील देशात एखादी गाय पाळणे एवढे कठीण नाही. खरेच सांगते. आपल्याकडच्या लहान लहान शहरांमध्ये एखादा जमिनीचा तुकडा घेणे फार महाग पडत नाही. एखादी गाय विकत घेणे एक वेळची गुंतवणूक असते. गाईची देखभाल करणाऱ्या व्यक्तीला चांगला पगार द्या. कारण गाईला सांभाळणे, वेळच्या वेळी दूध काढणे. हे सगळ्यांना जमत नाही. ज्यांना परवडते त्यांनी कंजूषपणा करता कामा नये. जे लोक खेड्यात रहात आहेत आणि ज्यांच्याकडे गायी आहेत ते खरोखरच नशिबवान म्हणायला पाहिजेत कारण ते गायी पाळू शकतात. आरोग्याच्या दृष्टीने ही लाख मोलाची गोष्ट आहे. एखादी महागडी गाडी असण्यापेक्षा सुद्धा जास्त महत्त्वाची आहे.

IIT – IIM झालेली मंडळी सुद्धा आता याकडे सोन्याची खाण

असल्यासारखे पाहतात. मोठमोठ्या कंपन्यांकडून मिळणाऱ्या लठ्ठ पगारापेक्षा ते इकडे आकृष्ट होताना दिसतात. या व्यतिरिक्त आरोग्याशी निगडीत काम केल्यामुळे पुण्य गाठीला लागते तो फायदा वेगळाच. देशी गाईंच्या दुधाचे बालकांसाठी सर्वोत्तम असे पॅकींग करायला हवे.

तुमच्यापैकी कोणाला दुधातील 'हॉर्मोन्स्'बद्दल चिंता वाटत असेल किंवा प्राण्यांशी क्रूरतेने वागणे असे वाटत असेल तर जे शेतकरी गाईंची नीट काळजी घेतात, त्यांच्याकडून दूध घ्या. शाळेत जर थोडेफार शेतीविषयक शिक्षण दिले तर आपोआप कळेल की वासराने गाईचे सर्व दूध प्यायले तर त्यात वासराच्या आरोग्याला धोकाच आहे. तुम्ही कधी शेतावर जाऊन वासरू दूध पिताना पाहिलेत तर कळेल की गाय स्वत:हून थोडे दूध वासराने प्यायले की त्याला दूर करते. वासराचे संरक्षण करण्यासाठी ती हे करते. दोन आचळांमधले दूध वासराला आणि दोन आचळ्यांमधील दूध शेतकऱ्याच्या कुटुंबियांना अशी सर्वसाधारण व्यवस्था असते. ह्यात कोणाचेही नुकसान नाही. 'शाश्वत विकास' हा शब्द प्रचलित होण्याआधीपासून भारतीय आणि आफ्रिकन संस्कृतींमध्ये तो आचरण्यात येत आला आहे. आता जे 'अनटच्ड् बाय हँड' दूध मिळते ती मात्र प्राण्यांप्रती क्रौर्य आहे, भले स्वच्छतेच्या नावाखाली ही पद्धत वापरली जाते.

दूध कसे पाजावे

बाटली आणि प्लॅस्टिकचे बूच वापरू नका. आपल्याकडे मुलांसाठी बोंडले वापरण्याची पद्धत आहे. साधारणपणे चांदीचे, स्टीलचे बोंडले वापरण्यात येते. बऱ्याचदा घरातील एखादी वयस्क आजी किंवा मावशी दंडासनात बसल्यासारखी पाय समोर करून बसते आणि बाळाला पायांवर ठेवून थोडं थोडं करून बोंडल्यातून बाळाला दूध पाजतानाचं दृश्य आपण बघतो.

इन्स्टाग्रामच्या आजच्या काळात ही पद्धती फारशी कोणाला पसंत पडणार नाही, पण जेव्हा एखाद्या परदेशी विद्यापीठातून या पद्धतीने बाळाला दूध देणं कसं आरोग्यदायी, सुरक्षित आहे असं संशोधन पुढं आलं की मग ते आपल्याला पटेल! या पद्धतीमुळे आईला थोडा काळ आराम मिळतो आणि बाळालाही कुटुंबातल्या इतर व्यक्तींची सवय व्हायला लागते. डॉ. रघुनाथ माशेलकरांनी जसं हळद आणि बासमती तांदूळाच्या पेटंटसाठीचा कायदेशीर लढा जिंकला तसं

कदाचित याच्या पेटंटसाठीही त्यांनाच लढा द्यावा लागेल आणि त्यानंतरच भारतीयांना याचं महत्त्व पटेल.

२. भाताची पेज :

ओह! जे लोक भाताला फक्त कार्ब्ज किंवा स्टार्च किंवा एम्पटी कॅलरीज् म्हणून ओळखतात, त्यांना मला एक खास गोष्ट सांगायची आहे. शतकानुशतके भाताची पेजच मुलांना सुरवातीला देण्याची प्रथा आहे. हिमालयातील मोहीमांचा बादशहा म्हणून ज्यांची गणना होते ते बील ऐटकेन म्हणतात की शतकानुशतके लोक जे करत आले आहेत ते उगीच नसते. त्याला काही विशिष्ट कारण असते. (वर्षभर भारत सरकार चारधाम यात्रा पूर्ण करण्याची मुभा देण्याचा विचार करत आहे. सध्या ती चारच महीने करू शकतो आणि ही प्रथा शतकानुशतके चालली आहे. या गोष्टीला विरोध करण्यासाठी त्यांनी मला हे सांगितले होते.) ठीक आहे, का भात द्यायचा? महत्वाचे कारण म्हणजे तो पचायला सोपा आहे. आणखी एक विशेषता म्हणजे त्यातील रेझीस्टन्स स्टार्च 'प्रीबायोटीक' म्हणून काम करते. प्रीबायोटीक हे प्रोबायोटीक बॅक्टेरियांचे अन्न असते. मूल सहा महीन्यांचे झाले की त्याच्या पोटातील उपयुक्त जीवाणुंची जोमाने वाढ होऊ लागते. अशा वेळी भातापेक्षा दुसरे काय चांगले असू शकते? शिजवायला सोपा, पचवण्यास सहज आणि चवदार असा हा भात चमचाभर तूप आणि चवीला मीठ घालून चावा.

आणि प्रोटीनचे काय? काळजी नको. भातातून (ब्रँच्ड् चेन अमायनो ॲसिडस्) ही अत्यावश्यक अमायनो ॲसिडस् मिळतात जी शरीराला आहारातूनच मिळवावी लागतात. या अमायनो ॲसिडस् मुळे मुले प्रगती करू लागतात. हळूहळू उपडी पडून रांगू, चालू आणि पळू लागतात. शरीरातील प्रोटीन्स बनणे फक्त आहारावर अवलंबून नसून वेळेवर खाणे (मुले वरचेवर २-३ तासांनी भुकेली होतात. आणि चांगली झोप याही गोष्टी महत्वाच्या आहेत. यामुळे शरीराची प्रोटीन्स सात्म्य करून घेण्याची क्षमता वाढते.

रागी सत्व, रागीची खीर सुद्धा भाताच्या पेजेइतकी आपल्याकडे मुलांना दिली जाते. अगदी पाणीदार न बनवता थोडी घट्टसर बनवावी लागते. मूल वाढू लागले की थोडी डाळ भाताबरोबर शिजवावी.

कसे भरवाल :

मूल सहा सात महीन्यांचे झाले की उष्टावण केले जाते. मुलाचा मामा पहिला घास

खिरीचा भरवतो. चांदीची वाटी/ताटली, चमचा यासाठी वापरतात. चांदी ही नैसर्गिकपणे जिवाणू आणि विषाणूंना प्रतिबंध करते. चांदीच्या वापरामुळे मुलांना आजार होण्याची शक्यता कमी होते. अँटीबायॉटीक्स् घ्यावी लागत नाहीत. भारतातील अनेक मुलांना दोन वर्षांची होण्यापूर्वीच अँटीबायोटीक्स् घ्यावी लागतात हे पाहून मला खूप वाईट वाटते. या वयात पोटातील उपयुक्त बॅक्टेरिया कमी झाल्याचा परिणाम मुलांना पुढे बराच काळ भोगावा लागतो. त्यांचे हॉर्मोन्स, चयापचय, झोप इ. बऱ्याच गोष्टींवर याचा दुष्परिणाम होतो. म्हणून प्लॅस्टिक फेका आणि आपल्या संस्कृतीला जपा. भविष्यातील निरामय आरोग्य मिळविण्यासाठी हे करणे गरजेचे आहे.

३. केळे :

बाळाला पहिले फळ कुठचे द्याल? केळे. केळं सुद्धा प्रिबायोटिक, पोटाला थंडावा देणारे असून एका वेळची भूक भागवू शकते. त्यामधील पोषकद्रव्यांचा विचार केलात तर ते मल्टीव्हिटॅमिन सिरप पेक्षा कमी नाही. जेव्हा प्रवासात असाल किंवा कुणाकडे पाहुणे म्हणून जाणार असाल तर केळे जरूर बरोबर घेऊन जा. आपण ज्यांच्याकडे जाणार ते बाळासाठी खिचडी किंवा मऊ भात करतील याची शाश्वती नसते म्हणून आपणच बाळाच्या खाण्याचा आधी विचार करावा. मुलासाठी ब्रेकफास्ट/दुपारचे जेवण/रात्रीचे जेवण, कुठच्याही वेळेस केळे देऊ शकता. जर ताप येऊन गेला असेल, भूक कमी लागत असेल तर जरूर केळे द्या.

कसे भरवाल :

बाळाला केळे भरवायच्या वेळेसच केळे सोला. पूर्ण न सोलता जेवढे बाळ खाईल तेवढेच सोला. यामुळे सोललेले केळे हवेच्या संपर्कात येणार नाही आणि त्यातील पोषक द्रव्यांचा त्रास होणार नाही. मुले सावकाश खातात हे लक्षात ठेवून घाई करू नका. थोडे केळे घेऊन हाताच्या बोटांनी कुस्करा आणि हाताने भरवा. पूर्ण केळे खायला लावू नका. छोटे-मोठे कुठचेही केळे चालते पण स्थानिक जातीचे असावे.

गोषवारा सांगायचा तर हे वय खूप महत्वाचे आहे. मोठ्या प्रमाणावर उत्पादित झालेले कुठचेही अन्न पदार्थ देऊ नका. एवढेच नव्हे तर तुमच्या संस्कृतीत, परंपरेत नसलेले कुठचेही अन्न बाळाला या वयात देऊ नका. आपल्या मुलाला 'ओट्स', ब्रोकोली, असे काही देण्यापूर्वी विचार करा की तुम्हाला लहान असताना हे कोणी खायला दिले होते का? केळं, वावडिंग, भाताची पेज, चांदीची भांडी या गोष्टी पाठ्यपुस्तकात येणार नाहीत. तारांकित व्यक्तिमत्वे त्यासाठी जाहिरात करणार नाहीत

पण याचा अर्थ त्यांना काहीच किंमत नाही असा होत नाही. त्यांची किंमत आपण जाणत नाही कारण ते परंपरेतून आलेले शहाणपण आहे. त्यावर मालकी हक्क कोणाचाही नाही. त्यावर कोणी फायदा उठवू शकत नाही. हे तुम्हाला ठाऊक असायला हवे. इन्डस्ट्रीचा प्रभाव मोठ्या प्रमाणावर आपल्यावर होत असतो पण तो तुमच्या सामान्य ज्ञानाच्या वरचढ होऊ देऊ नका. आपल्या संस्कृती आणि परंपरेची कास धरा.

अमेरिकेत 'स्वॅडलिंग' क्लासेस (बाळाला मऊसर कापडात बांधणे)

आपण मलमलच्या मऊसूत कपड्यात बाळाला गुंडाळून/बांधून ठेवणे या परंपरेला मूठमाती देत असतानाच अमेरिकेत मात्र नवपालकांसाठी स्वॅडलिंग क्लासेस चालू झाले आहेत. मी दहा वर्षाची असल्यापासून माझ्या लहान मामे भावाला कपड्यात गुंडाळून/ बांधून ठेवत असे. दुसऱ्यांच्या उपयोगी पडण्याचे परोपकाराची फेड करण्याचे बाळकडू मला मिळाले होते. मोठ्या कुटुंबात असलो की या गोष्टी पाहून आपण शिकतो. आता बालरोगतज्ज्ञाना ही परंपरा अमान्य आहे. म्हणून आपण सोडून देतो. त्याचप्रमाणे त्यांचा भाताच्या पेजेला विरोध आहे आणि ते इन्फंट फॉर्म्युला घ्यायला सांगतात. माझ्या मैत्रिणीला सात वर्षांची मुलगी आहे. तिच्या बालरोगतज्ज्ञांनी तिला भरत नाट्यम् न शिकण्याचा सल्ला दिला. याचे कारण म्हणजे तिचा पार्श्वभाग रूंद होईल. तसेच मल्लखांबही करण्यास मनाई केली कारण त्यामुळे ती ठेंगू होईल. मला यावर कुठचेही भाष्य करायची इच्छा नाही. मी एवढंच म्हणेन जर डॉक्टर्स, वैद्यकीय सल्लागार पारंपारिक अनुभवसिद्ध गोष्टींना परवानगी देत नसतील, तर डॉक्टर बदलण्याची वेळ आली आहे असे समजा.

हातांनी जेवणे खाणे, मातृभाषेत बोलणे, आपल्या संस्कृतीतील विविध गोष्टींचा आस्वाद घेणे यामुळे आपले जीवन संपन्न होत जाते. आपल्याकडे चांगल्या स्मृतींचा खजिना जमा होतो. आपण जर हे केले नाही तर आपल्या मुलांना हातांनी कसे खावे, मातृभाषेत आभार कसे मानावेत इ. क्लासेस ना जावे लागेल. नाहीतर ५० डॉलर्स भरून cultural tours कराव्या लागतील जिथे त्यांना रांगोळी, लेझीम इ. ची प्राथमिक माहिती मिळेल. पाश्चात्यांचा प्रत्येक गोष्टीवर शिक्कामोर्तब कशाला हवा आपल्याला? आपणच ह्या परंपरा चालू ठेवाव्या.

२) दोन ते पाच वर्षे :

मुलांच्या वाढीचा हा टप्पा. तुम्हाला त्यांच्या सहवासात खूप मजा येते, आनंद मिळतो. म्हणजे तसं हे पूर्ण सत्य नाही. खरं पहायला गेले तर मुलांच्या कुठच्याही वयात तुम्हाला मजा येऊ शकते किंवा त्रास होऊ शकतो. याच वयात मुले वेगवेगळ्या अन्नपदार्थाची चव घेतात आणि त्यांच्या मनात आवड - निवड निर्माण होते. ती कदाचित इतर कुटुंबियांहून वेगळी असू शकते. या काळात त्यांनी कुठचे पदार्थ एखाद्या वेळेसच मिळतात, कुठचे त्यांच्या प्रदेशासाठी, संस्कृतीसाठी, समाजासाठी खास आहेत हे जाणायला हवे. जे स्थानिक, बॉक्समधून न आलेले आणि मोठ्या प्रमाणावर उत्पादित न झालेले ते चांगले हे त्यांना कळायला हवे. जे पदार्थ शतकानुशतके खाल्ले जात आहेत आणि जे आरोग्यास, स्थानिक अर्थकारणास पर्यावरणास पूरक आहेत ते चांगले असतात. ते तुमचे निरीक्षण करत असतात म्हणून तुम्ही काय खाता त्याचा प्रभाव त्यांच्यावर पडतो. म्हणून विचारले तुम्ही अजून रात्रीच्या जेवणात 'प्रोटीन्स्' खात आहात की नुसतेच 'अन्न' ग्रहण करत आहात?

संस्कृत सुभाषितात म्हटल्याप्रमाणे 'पंचवर्षाणि लालयेत' पाच वर्षाचे मूल होईपर्यंत लाड करावेत. लाड करायचे म्हणजे त्यांना चांगलं चुंगलं प्रेमाने खायला घालायचे ज्यामुळे त्यांचे पुढील आयुष्य निरोगी जाईल, ती आनंदात राहतील.

दोन ते पाच वर्षे वयाच्या मुलांसाठी तीन सर्वोत्तम पदार्थ -

१. पोळी-तूप-गूळ किंवा भाकरी-तूप-गूळ :

या वयात हे खाण्याची सवय लावावी. हे सहज शाळेत, मैदानात, लांबच्या प्रवासात नेता येते. या वयात मुलांनी हाताने पोळी भाकरीचे तुकडे करायला शिकायला हवे. मुले हे बघून आत्मसात करतात. तूप-गुळाच्या मिश्रणाबरोबर मुलांनी हे त्याच हाताने खावे. पोळी भाकरी तर पोषक द्रव्यांनी भरलेली असतेच, पण तूप-गूळ हा खरा 'नायक' म्हणायला हवा. तूप-गुळामुळे पचन सहज सोपे होऊन जाते. आयर्न आणि फॉलेट शरीराला मिळते व प्रतिकारशक्ती वाढते. जर उन्हाळा कडक असेल तर गूळ न वापरता साखर वापरावी.

मला हल्ली बऱ्याच पालकांचे मेल्स येतात. त्यात दोन तीन वर्षे वयाच्या मुलांना बद्धकोष्टता असल्याची तक्रार असते. त्यांना मग एखादे लॅक्झेटीव्ह किंवा फायबर ड्रींक

देण्यास सुचवितात. ओटस् ब्रेकफास्टला 'फायबर'साठी खाण्यास सांगतात. फळे अधिक द्यावयास सांगतात. पण मुलांच्या पोटात जास्त चोथा (फायबर) गेला तर त्यांना कॅल्शियम, आयर्न सारखी खनिजे सात्म्य होण्यास अडथळा निर्माण होतो. याच वयात मुले धावायला, उड्या मारायला सुरवात करतात आणि हाडांच्या मजबुतीसाठी, स्नायुंच्या दणकटपणासाठी त्यांना कॅल्शियमची गरज भासते. या वयात तुम्ही त्यांना एखाद्या पोषक द्रव्यासाठी एखादा पदार्थ खायची सक्ती केलीत, तर ती वरचेवर आजारी पडू लागतात. आयर्नची कमतरता निर्माण होते. योग्य मार्ग हाच की कोती विचारसरणी सोडा. तुमच्या खाद्यसंस्कृतीकडे डोळसपणे पहा आणि असे पदार्थ निवडा की जे रूचकर असतील, त्यात एक दोन नव्हे तर भरपूर पोषक द्रव्ये असतील. मग मुले जास्ती नाटकं न करता खाऊ लागतील. तूप-गूळ-भाकरी-पोळी खाल्ली की बद्धकोष्टता टळते. मोठ्यांनी पण हा पदार्थ दिवसभरात केव्हाही खावा.

कसे भरवाल :

जमिनीवर मांडी घालून बसा. चांदीचे ताट घ्या. त्यात मध्यभागी ताजी पोळी/भाकरी घ्या. तूप-गूळ बाजूला ठेवा. तूप-गुळाचे चांगले मिश्रण करा. ज्वारी-बाजरीची भाकरी असेल तर तूप जास्त प्रमाणात घ्या. मग पोळी/भाकरीचे तुकडे करून घेऊन. तूप-गुळाशी लावून भरवा. मूल थोडे मोठे झाले की पोळी/भाकरीचे तुम्ही तुकडे करा पण आपले आपण खाण्यासाठी उद्युक्त करा. आणखी थोडे मोठे झाले की तुकडे पण मुलाला एकाच हाताने करू द्या. यामुळे त्यांचे न्युरोमस्क्युलर कोऑर्डीनेशन वाढेल. मुले हाताने वस्तू हाताळण्यास शिकतील.

तसेही आपल्या संस्कृतीत एकाच, उजव्या, हाताने खायची पद्धत आहे. डाव्या हाताचा उपयोग सर्वांना ज्ञात आहेत. डाव्या हाताचा उपयोग अन्न वाढून घेण्यासाठी पण आपण करतो. योगशास्त्रानुसार प्राण आणि अपान वायूचे संतुलन यामुळे होते आणि पचनासाठी लागणारी उर्जा मिळते. लाख डॉलर्स खर्च करून ऑस्ट्रिया, न्युयॉर्क अशा ठिकाणी आयुर्वेदिक न्युट्रीशन वर्कशॉपला गेलात, तर तिथे तुम्हाला हेच शिकवतील मग आपण घरबसल्या का शिकू नये?

२. मेतकूट :

मेतकूट हे वेगवेगळ्या डाळी आणि काही मसाले यांचे मिश्रण असून तूप-

भातात चमचाभर घालून सकाळच्या किंवा रात्रीच्या जेवणाच्या वेळेस खाण्याची पद्धत आहे. या वयाच्या टप्प्यावर मुलंना डाळ नकोशी होते. आधी सांगितल्याप्रमाणे डाळींमधल्या अँटी न्युट्रीएन्टस् मुळे असे होते. अजूनही पोट लहान असते, मात्र अमायनो ॲसिड प्रोफाईलची गरज असते. मेतकूट असे तयार करतात की ज्यायोगे ट्रिप्सीन इनहीबीटर्स प्रोटीन्स सात्म्य होण्याच्या प्रक्रियेत अडथळा निर्माण करत नाहीत.

मेतूकट करण्याची पद्धत -

२ वाट्या चणा डाळ
१ वाटी तांदूळ
अर्धी वाटी पोहे
२ चमचे धने
१ चमचा जिरे
थोड्या सुक्या लाल मिर्च्या
खडा हिंग
– हळकुंडाचा छोटा तुकडा
– वरील सगळे पदार्थ सुकेच भाजावे आणि पावडर करून ठेवावी.

तूप-भातात मेतकूट कालवून खायला द्यावे.

कसे भरवाल :

ताज्या गरम भातात तूप घाला. थोडे मीठ घाला आणि मेतकूट घाला. भात चांगला हाताने कुस्करून मऊ करून घ्या. मिश्रण चांगले एकजीव झाले पाहिजे. मग हाताने छोटे-छोटे घास करून मुलाला भरवा. मूल थोडे मोठे झाले की भाताचे छोटे-छोटे घास बनवा आणि ताटलीत पसरून ठेवा. मुलाला त्याच्या हातांनी एक एक घास उचलून खाऊ दे. घाई करू नका. मुलाला त्याच्या गतीने खाऊ द्या. या वयात आपण कधीकधी उगीच मुलांना खायची घाई करतो. असे केल्याने अन्नपचन नीट होत नाही. या वयात मुलांना चावून चावून खाण्याची घास तोंडात सर्व बाजूने फिरवून मऊ झाल्यावर गिळायची सवय लावावी. तोंडातील एक घास संपल्यावर दुसरा घास तोंडात घालण्यास सांगावे. या गोष्टी लहान लहान वाटतात

पण आरोग्याच्या दृष्टीने त्याचे फायदे भरपूर आहेत.

३. ऋतुनुसार मिळणारी ताजी फळे :

केळे, आंबा, सिताफळ, चिकू, फणस त्याचप्रमाणे पेरू, डाळिंब, द्राक्ष, सफरचंद, पेअर, पिचेस थोडी विस्मरणात जाण्याच्या वाटेवर असलेली फालसा, बोर, करवंद यासारखी फळे. काही फळे तर फक्त जंगलात मिळतात, तीही वर्षभरात एखाद दुसऱ्या आठवड्यासाठी. मूल वाढताना त्याला या सर्व प्रकारच्या फळांची ओळख करून द्यायला हवी. मुलांना आहारातील वैविध्यतेबद्दल फारसा गाजावाजा न करता समजावून सांगायला हवे.

या आहारातील वैविध्यतेमुळे बरीच पोषक द्रव्ये मुलांच्या पोटात जातील. उदा. फ्लेबोनाईडस्, अँथोसायनीन्स्, अँटीऑक्सीडन्टस् तसेच बरेच काही जे अजून पोषणशास्त्राला सुद्धा अज्ञात आहे. यामुळे पोटाचे आरोग्य सुधारते. हवाबदलामुळे होणारे बारीक सारीक आजार लांब रहातात. हे पदार्थ व्हॅक्सीन्स् सारखे काम करतात आणि मुख्य म्हणजे आदिवासी समाजाला पोटापाण्यासाठी धंदा मिळतो. हल्ली बऱ्याच मुलांमध्ये फळांची नावड उत्पन्न झालेली दिसते. याचे कारण आपण त्यांना सफरचंद, किवी, टॅन्जॉरीन्स सारखी वर्षभर उपलब्ध असलेली, जगाच्या कानाकोपऱ्यातून आलेली फळे खायला घालतो. पर्यावरणाशी संतुलन राखून ही फळे पिकवलेली नसतात. मुलांना स्थानिक फळे देऊन पहा, तुम्हाला नवल वाटेल की मुले किती मजेने ही फळे खातात. कारण एकच, मुलांना फळांची नावड नसते पण रसायनांचा तिटकारा असतो.

कसे खाऊ घालाल :

फळात बिया असल्या तर काढून टाका. फळ गरजेनुसार कापा अथवा कुस्करा. जांभळासारखे फळ थोडे मोठे मूल सहज खाऊ शकते, एका बाजूने खायला सुरुवात करते व मग बी काढून टाकते. मूल थोडे मोठे झाले की फळे धुवायला शिकवा. मुलांना महिन्यातून एखाद्या वेळी जमेल तसे शेतावर न्या. फळे झाडावर कशी लागतात, पिकतात, उतरवली जातात हे सर्व त्यांना बघू द्या. ही फळे हाच कसा पक्षी, किटक, यांचाही आहार आहे हे मुलांना कळू लागते. एक तीळ सात जणांनी वाटून घ्यावा हे संस्कार आपोआप मुलांवर होतात. शेवटी मुले निरीक्षणातून शिकतात. मुलांना माहिती जास्त न देता त्यांना निरीक्षण करू द्या. वास घेऊन पाहू द्या.

मुलांना वाजवीपेक्षा अधिक खाऊ घालणे -

मी एका श्राद्धाला गेले होते. माझ्या शेजारी एक आई आपल्या मुलाला मांडीवर घेऊन बसली होती. जेव्हा केळीच्या पानावर यजमानीण बाई भात वाढू लागल्या, तेव्हा आईने आपला मोबाईल फोन चालू केला आणि मुलाला दाखवू लागली. रस्सम भात, सांबार भात, दही भात सगळे तिने मुलाला भरवले. मी चाळीस वर्षाची आहे, तो मुलगा चार वर्षाचा असेल आणि आईने त्याला मी खाल्ले त्याच्या चार पट तरी भरवले. त्याचे डोळे मोबाईलवर चिकटलेले आणि खाण्याचा वेग ही माझ्या चौपट. मी माझे केळीचे पान दुमडून घेऊन उठत होते तर हा मुलगा ओकला. प्रथम दही भात मग सांबार भात आणि शेवटी रस्सम भात. मला त्याचे खाणे पाहूनच मळमळत होते. आता ही ओकारी पहाणे म्हणजे माझी परीक्षाच होती. पण ठीक आहे, मी कशीबशी तिथून बाहेर आले. पण खरे सांगते, मुलांना भराभर आणि भरमसाठ खायला घालण्याची सवय मूळातूनच उपटायला हवी आहे. त्यांना वेळेला एकच काहीतरी द्या. त्यांना ते बघू द्या आणि सावकाश, त्यांच्या गतीने खाऊ द्या. मूल आजारी पडले तर वेळ सर्वांचाच वाया जाणार आहे. 'काळ' समय ही एकच अशी गोष्ट की जी खरी आपली स्वत:ची आहे म्हणून आपण असा प्रयत्न करू की ज्या योगे मुले जास्तीत जास्त काळ आरोग्यपूर्ण रहातील. बाकी काही बघायची गरज नाही.

३) पाच ते आठ वर्षे :

याा कालावधीत कॅल्शियमचा साठा शरीरात व्यवस्थित रित्या केला गेला पाहिजे. वयात येण्यास अजून काही वर्ष बाकी आहेत. या वयात मुलांना स्वत:ची ओळख होऊ लागते. त्यांना भेदभाव, स्त्री-पुरुष असमानता या गोष्टी कळू लागतात. याच वयात मुलं आहाराच्या बाबतीत जाहिरातींना बळी पडू शकतात. हे वय अत्यंत संस्कारक्षम असते. या वयात झालेले समज अनेक वर्षे त्यांच्या मनात घर करून राहतात आणि त्यांचे व्यक्तिमत्त्व घडवतात. संस्कृत सुभाषितात म्हटल्याप्रमाणे :

'पंचवर्षाणि लालयेत, दशवर्षाणि ताडयेत' दहाव्या वर्षापर्यंत मुलांना शिस्त लावायला हवी (सुभाषिताचा शब्दश: अर्थ - पाच वर्षापर्यंत लाड करावेत.

त्यानंतर दहाव्या वर्षापर्यंत मार द्यावा.)

गर्भितार्थ असा की त्यांच्या थयथयाटाला शरण जाऊ नये आणि जे योग्य ते करण्यास त्यांना भाग पाडावे. कधी, काय खावे प्यावे या बाबतीत त्यांना दक्ष करावे.

या वयात 'बोन मिनरल डेन्सिटी' वाढायला लागते. तिशीपर्यंत ती सर्वोच्च होते. जर घरात सतत वजनघट, कार्ब्ज, प्रोटीन्स इ. बद्दल बोलणे झाले तर त्यांची 'बोन मिनरल डेन्सिटी' पाहिजे तेवढी वाढणार नाही हे मी खात्रीने सांगू शकते. त्यामुळे शारिरीक क्षमता, व्हिटॅमिन डी कमी होते. त्यांची वयात येण्याची प्रक्रिया सहज होत नाही. मला वाटते की पालक म्हणून तुम्ही सजग रहा आणि पहिल्या भागात दिलेल्या तत्वांचे पालन करा.

आहाराबरोबर रोजचे ९० मिनिटांचे खेळणे पण अत्यावश्यक आहे. एखाद्या मोठ्या कॉम्प्लेक्स मध्ये किंवा पार्क जवळ रहात असाल तर ते नक्कीच सहज जमेल. जर नसेल तर त्यासाठी प्रयत्न करा किंवा मी आधी म्हटल्यानुसार चक्क घर बदला. मुलांना स्वयंपाकघरात थोडे फार काम करायला लावा. दही लावणे, जेवायला बसताना सगळे पदार्थ स्वयंपाक घरातून बाहेर आणणे, आपापली ताट-वाटी उचलणे. इ. कामे करू द्या. डबा बॅगेतून काढून धुवून वाळवून ठेवणे, अंथरूण घालणे, हे मुले करू शकतात. चप्पल-बूट जागेवर ठेवायची सवय लावा. आणि हो, हे सगळं त्यांनी तुम्ही करताना पहायला हवे. नुसती लेक्चरबाजी उपयोगी पडणार नाही. तुमची संपदा, प्रतिष्ठा मुले स्वाबलंबी झाल्याने वाढेलच. त्यांना भरपूर हालचाली करू द्या. तुमची श्रीमंती त्यांना त्रासदायक व्हायला नको.

असो. आता मुख्य गोष्टीकडे वळते.

५ ते ८ वर्षे वयाच्या मुलांसाठी तीन सर्वोत्तम पदार्थ -

१. लोणी :

घरी काढलेले लोणी किंवा 'कल्चर्ड बटर' (अमेरिकेतील प्रतिष्ठित दुकानांनी केलेले नामकरण) हे या वयातील मुलांना अत्यंत उपयुक्त आहे. याची कारणे अनेक आहेत पण सर्वात मुख्य कारण हे की त्यांच्या सांध्यांमधील लवचिकता शाबूत राहते. तुमचे मूल कदाचित ५-६ वर्षाचेच असेल पण त्याला बोटे तोंडात घालणे, ५-६ महिन्यांचे असताना जसे सहज शक्य होई तसे, सहज जमत नाही हे तुमच्या लक्षात येईल. हा नैसर्गिक वाढीचाही अंशतः परिणाम आहेच, पण जर

दुर्लक्षित राहिले तर पुढील वयात 'ऑस्टिओपोरॉसीस' चा धोका संभवतो.

मी घरी काढलेल्या लोण्यासंबंधी बोलत आहे. आधी सायीला विरजण लावून ते दही घुसळून काढलेल्या लोण्यामध्ये सर्व पोषक गुणधर्म आढळतात. यात बरीच इसेन्शियल फॅटी ॲसिडस् योग्य प्रमाणात असतात. ए, डी, इ, के, ही सर्व 'फॅट' मध्ये विरघळणारी व्हिटॅमिन्स् असतात. तसेच 'वुलझेन फॅक्टर' नावाचे एक जादूई रसायन असते (वुलझेन फॅक्टर हे एक हॉर्मोन सारखे रसायन असून यामुळे हाडांना मजबूती येते.) या सर्वांचा परिणाम म्हणजे मूल निरोगी राहते. व्हिटॅमिन 'डी' चांगल्या प्रमाणात असल्यामुळे बोन मिनरल डेन्सिटी वाढते. मूल काटक आणि मजबूत दिसू लागते. लोण्यात असलेल्या व्हिटॅमिन के-२ चा फायदा म्हणजे हाडांमध्ये, दातांमध्ये कॅल्शियम साठविले जाते. इन्स्युलिन कार्यक्षम राहते. ज्यामुळे वयात येण्याची प्रक्रिया सहजी होते, स्थूलत्व येत नाही. संशोधनानुसार १० वर्षापर्यंत असलेले स्थूलत्व मोठेपणी कॅन्सर होण्याशी निगडीत आहे म्हणून त्यांना गुटगुटीत करायच्या मागे न लागता काटक व मजबूत करा.

कसे खावे ? :

सर्व प्रथम त्यांना लोणी काढण्याच्या प्रक्रियेत सामिल करून घ्या. त्यांना मजा वाटेल. रवी उजवीकडे डावीकडे फिरवायची, हळूहळू लोणी रवी भोवती जमा होत जाते. हलके लोणी आणि त्याचा मंदसा सुगंध त्यांना आवडेल. माझ्या अनेक क्लाएन्टस्नी मला त्यांची आजी कसे त्यांना लोण्याचे गोळे खाऊ घालायची ते सांगितले आहे. हाडांची घनता वाढते आणि शरिरातील फॅट कमी होते, हे यातील रहस्य आहे.

लोणी पोळी/भाकरी बरोबर खाता येते. मुरूक्कु किंवा चकली खाताना वापरता येते. हिमालयीन प्रदेशात बटर टी मध्ये लोण्याचा वापर होतो. थालीपीठे तसेच घावनाबरोबर खाता येते. तुमची खाद्यसंस्कृती अभ्यासा आणि लोण्याचा वापर करा. क्वचित प्रसंगी नानकटाईत लोणी वापरता येईल.

लोण्यात 'लॅक्टोज' जवळजवळ नसतेच म्हणून 'लॅक्टोज इन्टॉलरन्ट' मुलांसाठी पण लोणी निर्धास्तपणे वापरता येते. कृपया या लोण्याची आणि बाजारात मिळणाऱ्या पिवळ्या रंगाच्या बटरची गल्लत करू नका. लोणी खूप वेगळे, चांगले आहे. लोण्यामुळे पचन सुधारते आणि पोटातील उपयुक्त सूक्ष्मजिवाणूंचे प्रकार वाढतात. मात्र या करता पाश्चराईज्ड, होमोजिनाइज्ड दूध वापरता कामा नये. स्थानिक डेअरीचे दूध वापरावे. देशी गाईचे मिळाले तर उत्तमच. दुधाच्या

सुरक्षिततेबद्दल बोलायचे म्हटले तर भारत, मध्य पूर्व देश, आफ्रिका या देशांमध्ये शतकानुशतके ताजे दूध वापरतात. वापरण्यापूर्वी उकळले की झाले.

लोणी आणि व्हिटॅमिन 'अे'

आपण आता एवढ्या प्रमाणात 'पॅकेज्ड' दूध वापरतो की दूधापासून मिळणाऱ्या लोण्याच्या अनेक फायद्यापासून आपण वंचित झालो आहोत. पारंपारिक पद्धतीने काढलेल्या लोण्यात प्रतिकारशक्ती मजबूत करणारे व्हिटॅमिन 'ए' असते. कोलेस्टेरॉल बद्दल मिळालेल्या चुकीच्या माहितीमुळे नियमीत दूध-दुभते खाणाऱ्या लोकांनी लोणी-तूप खाणे बंद केले. मग अन्नोद्योगात असणाऱ्या कंपन्यांनी 'लो फॅट बटर' आणि मार्गारीन सारखे पदार्थ बाजारात आणले. आता यांचे दुष्परिणाम लक्षात येऊ लागल्यावर 'फॉर्टीफाईड राईस विथ व्हिटॅमिन ए' आफ्रिकेत विकायला आणले तर आपली कणिक आणि बिस्किटे ही व्हिटॅमिन 'ए' ने समृद्ध (?) होऊ लागली. मुद्दा हा की आपण अन्नोद्योगातील मंडळींना फायदा करून देतो. त्या बदल्यात आपली खाद्य संस्कृती विसरतो आणि रोगट दिर्घायुष्याला सामोरे जाण्यास सिद्ध होतो. आपल्या मुलांचे भवितव्य असे घडू नये यासाठी आपण बदलले पाहिजे.

२. मूठभर शेंगदाणे :

शेंगदाण्यांमध्ये व्हिटॅमिन बी१, बी२, बी६ इ. असून त्यात खनिजे, अमायनो ॲसिडस् आहेत. वाढत्या वयात शरिराला या सर्वांची गरज असते. शेंगदाणे रूचकरही असल्यामुळे मुले आनंदाने खातात. शेंगदाणे पिकवल्यामुळे जमीन सुपीक होते. जमीन आपण उत्पन्न करू शकत नाही म्हणून जमीन सुपीक ठेवणे आपले कर्तव्य ठरते. शेंगदाणे किंवा इतर द्विदल धान्ये पिकवल्यामुळे जमीनीतील उपयुक्त जिवाणू, नायट्रोजन आणि इतर पोषक द्रव्यांची वाढ होते. शेंगदाण्यांची गणना जगातील सर्वोत्तम पोषक अन्नपदार्थामधील एक अशी होते. त्यातील पॉलिफिनॉल मुळे हृदयाचे आरोग्य चांगले राहते. आपण 'रेड वाईन' हृदयासाठी हितकारक समजतो पण हे सत्य नसून तिला प्रसिद्धी मात्र तशी मिळाली आहे. त्यातील 'फॅटी ॲसिड प्रोफाईल' (त्यातील वेगवेगळ्या फॅटी ॲसिडस्) ऑलिव्ह

ऑईल पेक्षा चांगले आहे (हल्ली ऑलिव्ह ऑईलची मागणी जगभरात इतकी वाढली आहे की ऑलिव्ह ऑईलच्या निर्मितीमुळे प्रचंड प्रदूषक हवेत सोडले जात आहेत.) आणखी महत्वाचा फायदा, पित्ताशयात खडे होत नाहीत. हल्ली प्रत्येकाच्या ओळखी पाळखीत पित्तखड्यांचे ऑपरेशन झालेली २-३ माणसे सहज सापडतात.

कसे खावे :

दिवसभरात कधीही मूठभर शेंगदाणे तोंडात टाकू शकता. चटणी करून पोळी/भाकरी/डोसा/परोठा कशाही बरोबर खा. खोबरे किंवा गुळाबरोबर मिश्रण करून मूल शाळेतून आल्यावर खायला द्या. भाजलेले शेंगदाणे तसेच कोवळे असताना मीठ घालून शिजवलेले दाणे पोषणाच्या दृष्टीने थोडे वरचढ आहेत. दाण्याची चिक्की, गजक ही पोषक आहे.

ज्या देशांमध्ये शेंगदाण्यांची ॲलर्जी मुलांच्यात दिसून येते त्या देशांमधले डॉक्टर्स दोन गोष्टी सुचवितात :

१. गरोदर स्त्रियांनी दररोज शेगदाणे खायचे म्हणजे मुलांची पचनसंस्था मजबूत होईल आणि ती मुले शेंगदाणे खाऊ शकतील.
२. ज्या मुलांना ॲलर्जी आहे त्यांना रोज अगदी कमी प्रमाणात शेंगदाणा कूट कोशिंबीर/भाजी अशा माध्यमातून द्यायचे. महाराष्ट्र, गुजराथ, दक्षिणेकडचे प्रदेश येथे स्वयंपाकात दाण्याचे कूट वापरायची पद्धत आहे. असे देण्यास धोका वाटत असेल तर दाण्यांऐवजी चणे द्या. चण्यांमध्येही जवळपास दाण्यासारखीच पोषक द्रव्ये आहेत. चणेपण गूळाबरोबर खाऊ शकतो. चणे-दाणे-खोबरे असलेला चिवडा तर महाराष्ट्रात घरोघरी संध्याकाळी खायचा एक सोपा पदार्थ आहे.

३. पापड :

तुम्हाला 'पापड' सर्वोत्तमात येईल असे वाटले नसेल हो ना? पण तो आहे. ह्या वयात आयुष्यातील चांगल्या गोष्टींची मुलांना ओळख करून द्यायला हवी. आपल्या वैविध्यतेत जी एकात्मता दडलेली आहे ती त्यांना कळायला हवी. धर्म, जात, आर्थिक स्तर कुठचाही असो, सर्वांना पापड प्रिय असतो. धान्य, डाळी, साबुदाणा, बटाटा इ. पासून पापड बनविण्याच्या प्रत्येकाच्या विविध पद्धती असतात. मीठ, वेगवेगळे मसाले, पाणी (कधी केळीच्या बुंध्यातून काढलेले

पाणी) वापरून डांगर बनविले जाते. पापड आरोग्यास हितकारक आहेत का असा प्रश्न तुम्हाला पडेल. पण खरोखरीच पापड आरोग्यास हितकारक आहेत. लोक एखाद्या पदार्थाची गुणवत्ता फक्त त्यातील तेल, मीठ, साखर यावर ठरवितात. कधी, कसा, कुठे कोणाबरोबर हे प्रश्न आपण स्वत:ला विचारायला हवेत.

मला म्हणायचेय की प्रत्येक गोष्टींची किंमत आपण तिच्या दिखाऊपणावर करतो. मला सांगा तुम्ही किती वाढदिवसाच्या पार्ट्यांना गेलाय की जिथे मुले ॲप्रन वगैरे घालून पिझ्झा बनवून बेक करतात. त्यातले फॅट आणि मीठ आपल्याला चालते. आपल्या आत्मसन्मानाचे काय? आपल्या खाद्यपरंपरेचा अभिमान कुठे? इटालीयन्स मुलांना त्यांच्या पिझ्झा चेन्स् मधून पिझ्झा खायला शिकवत आहेत. श्रीमंताचे आणि गरिबांचे खाणे वेगळे असे नको ते संस्कार मुलांवर होत आहेत.

असो, पापड ज्या घटकांपासून बनविला असेल, त्यातील पोषक द्रव्ये पापडात असणारच. पण त्या पलिकडे पापडाचे आपल्या संस्कृतीत महत्त्वाचे योगदान आहे. तुम्ही ३५-४० वयोगटातील असाल, तर तुम्ही लहान असताना नक्की मोठ्या उत्साहाने पापड लाटले असतील. (तुमच्या मुलांमध्ये पिझ्झा करताना तितका उत्साह नसेल, अगदी ॲप्रन घातला, वाढदिवस असला तरी). पापड करताना सगळे कुटुंबीय मुलगे-मुली एकत्र यायचे. गच्चीवर वर-खाली करत पापड वाळत घालायचे, मोठ्यांच्या गप्पा-गोष्टी, गाणी ऐकायची. किती मजा होती? तुमच्या मुलांना पण घेऊ द्या ना हा अनुभव!

तुम्ही लहान असताना आवडीची भाजी नसली तरी फार कुरकुर न करता दही-भात-पापड खात असा. घरी अचानक पाहुणे आले किंवा ट्रीप करून घरी आलात तर खिचडी-पापड खाऊन सर्वजण तृप्त होत असत. पाहुण्यांना सुद्धा स्वागत झाल्यासारखे वाटे आणि घरातल्या स्त्रीवरही कामाचा बोजा पडत नसे. खिचडी-पापडामुळे कुटुंबे एकसंध रहात असत, स्त्री पुरुष समानता येत असे, पुरुष स्वयंपाकघरातून बिनबोभाट काम करत. ती एक जीवनशैलीच्च होती. पापडांना घरातून बाहेर काढले आणि हे सगळे संपले.

कसा खावा :

तळलेला पापड भाजलेल्या पापडापेक्षा रूचकर लागतो, कमी प्रमाणात खाल्ला जातो. दही-पापड खायची मारवाड्यांमध्ये पद्धत आहे. सिंधी भाजी आणि मिल्कशेकबरोबर खातात. तुमचे मूल रोज पापड मागेल अशी भीती बाळगू नका

परंतु आवडती भाजी नसेल तर पापडाबरोबर जेवायला शिकेल. घरी केलेले पापड हे मोजक्या प्रमाणात असल्यामुळे मुले ते बेसुमार खाणार नाहीत. त्यांनाही आहे ते कसे पुरवून वापरावे याचे धडे मिळतील.

वरील पापडांबद्दलचे विवेचन लोणच्यांना पण लागू पडते. भाज्या, फळे, बिया या विविध घटकांपासून लोणची बनवितात. भारतीय स्वयंपाकाची ती खासियत आहे. जेवणाला चमचमीतपणा येतो आणि लोणच्यातून व्हिटॅमिन के (व्हिटॅमीन डी शरीरात शोषून घेण्यासाठी मदतनीस) आणि विविध उपयुक्त जिवाणू मिळतात. (लोणचे तयार होताना 'लॅक्टो फर्मेन्टेशन' नावाची प्रक्रिया घडते ज्यामुळे, हे जिवाणू तयार होतात.) लोणची, पापड हा आपल्या संस्कृतीचा भाग आहे तो आपण जपून ठेवू या.

आणखी एक विस्मृतीत जाणारी गोष्ट म्हणजे भारतीय थाळीतील पदार्थांचे प्रमाण. भात-पोळी-भाकरी ताटाच्या मध्यभागी. आमटी/डाळ, भाजी उजवीकडे, लोणचे, पापड, चटणी अशासारखे पदार्थ ताटात डावीकडे असे भोजन घेतले की षड्रसांचा अनुभव येऊ शकतो आणि हाच खरा चौरस आहार.

४) आठ ते बारा वर्षे :

आत्तापर्यंत जे तुम्ही मुलांसाठी केलेत, त्याचा परिणाम अता दिसू लागेल आणि त्यांचा वयात येण्याचा प्रवास सहज होईल. काही मुले बाराव्या तर काही पंधराव्या वर्षापर्यंत वयात येतात. कधी कधी त्याहूनही उशीर होतो. प्रत्येकाचा वाढीचा स्वतंत्र ग्राफ असतो जो जनुकीय जडणघडण, शारीरिक हालचाली, ताण-तणाव, आहार, प्रदूषण आणि अत्यंत महत्त्वाचे म्हणजे झोप या घटकांवर अवलंबून असतो. त्यामुळे मुलांनी घाईगडबड करू नये. मनात प्रश्न आले तर पालकांशी, शाळेतील समुपदेशकांशी बोलून त्याचे निराकरण करावे.

बऱ्याचशा मुली या वयात आल्यावर खेळण्यास रामराम ठोकतात. हे लिहीताना माझे हृदय अगदी तीळ तीळ तुटतेय पण हीच वस्तुस्थिती आहे. तुम्ही त्यातल्या असाल तर उठा पहिल्या आणि खेळणे चालू करा. कमीतकमी २३ वर्षाच्या होईपर्यंत खेळायला हवे, तरच तुमचा फिटनेस चांगला रहातो आणि अजून तुमचे वय त्याच्या निम्मे पण नाही. कोणी सवंगडी नसेल तरी चिंता करू नका, तुम्ही खेळा. मुलींना असे बऱ्याच गोष्टींमध्ये करावे लागते. बाकीच्यांना करायचे असो नसो. तुमचे आयुष्य तुमच्या इच्छेनुसार जगा. मुलग्यांनी पण व्हिडिओ गेम्स्

खेळण्यात वेळ वाया घालवू नये किंवा इतर मुलांबरोबर बसूनही मोबाईलच्या पडद्यावर डोळे खिळवून ठेवू नयेत.

या वयात मुलांना रोज पाच सूर्यनमस्कार घालायची सवय लावावी किंवा एखादी कला शिकण्यासाठी उत्तेजन द्यावे (गायन, वादन, नृत्य किंवा मार्शल आर्टच्या क्लासला घालावे.) सर्व गोष्टी करता आल्या तर फारच उत्तम पण यातील दोन तरी नक्कीच कराव्यात. सूर्यनमस्कार, माझ्या मते, अनिवार्य आहेत. त्यामुळे सांधे लवचिक रहातात. आणि शरीराची ताकद वाढते. मुले शरीरात होणाऱ्या हॉर्मोन्स् बदलांशी सहज जुळवून घेऊ शकतात.

आणखी एक महत्वाचे पाऊल पालकांनी उचलायला हवे ते म्हणजे रात्रीच्या जागरणांना बंदी. हल्ली मुले पायजमा पार्टीच्या नावाखाली अधनूमधून एकमेकांच्या घरी रात्री रहाण्यास जात असतात आणि त्यामुळे झोपेचा चुथडा होतो. झोप आणि हॉर्मोन्स् यांचे अगदी जवळचे नाते आहे. तुमचा मुलगा/मुलगी रात्रभर जागत, केक्स् चॉकलेटस् खात टी.व्ही. पहात असेल तर हॉर्मोन्स्चं असंतुलन होणार हे नक्कीच. संपूर्ण वर्षात फक्त दोन रात्रीसाठी ही परवानगी द्या. पालकांनी मुलांना ही परवानगी देता कामा नये. तसे स्पष्ट मुलांना सांगणे आवश्यक असते. पालकसभेत किंवा मुलांच्या आयांचे व्हॉटस्ॲप ग्रुप यावर चर्चा घडवून आणायला हवी. या परिच्छेदाचा एक फोटो काढून ग्रुपवर पाठवून द्या. मग इतर पालकही हे पुस्तक विकत घेतील अशी आशा करते. तुमचेही प्रश्न सुटतील, मलाही जास्त मानधन मिळेल. मुलांचेही कल्याण होईल.

पाळी

आपण सगळेच हल्ली मुली लवकर वयात येतात, यावर चिंता करतो. ८व्या ते १०व्या वर्षी काही मुलींची पाळी चालू होते. मला मनापासून वाटते की कुठच्याही मुलीची पाळी १४व्या वर्षाच्या आसपास यावी. मुलांचे पण वयात येणे असेच १२व्या वर्षानंतरच व्हावे. दिलासादायक गोष्ट ही आहे की हल्ली पालक या विषयावर मोकळेपणे बोलू लागले आहेत. पूर्वी ही गोष्ट अगदी गुपित असल्यासारखी लपविली जात असे. (जरी ती सर्वांना माहिती असे) काहीही असले तरी मुलीला या गोष्टीचा ताण येऊ देऊ नका. पाळी चालू झाली तरी नियमीत होण्यासाठी अवधी द्या. पंधराव्या वर्षापर्यंत धीर धरा. तिला पाळी नियमीत यावी यासाठी हॉर्मोन्सचा मारा करू नका. या कालावधीत तिचा आहार व्यवस्थित ठेवा.

तिला नियमीत वेळेवर झोपण्या-उठण्याची सवय लावा. ९० मिनीटे खेळतेय की नाही याकडे लक्ष ठेवा. ६० मिनीटे हा वेळ खेळण्यास कमी पडतो. खेळ ऐन भरात आला की, थांबवायला लागतो आणि हो, ही ९० मिनीटे वर उल्लेखिलेल्या दोन अॅक्टीव्हीटीज् (सूर्य नमस्कार इ.) व्यतिरिक्त आहेत. त्यांनी एखाद वेळेस क्लास किंवा शाळा बुडवावी पण खेळ बुडवता कामा नये.

तुम्हाला फक्त मुलगा आहे, मुलगी नाही तरीही पाळी संबंधी बोला. त्याला पण आयुष्यातील ही गोष्ट कळायला हवी. त्याला स्त्री शरीररचनेची माहिती होणे पण आवश्यक आहे.

आठ ते बारा वर्षे वयाच्या मुलांसाठी तीन सर्वोत्तम पदार्थ

१. सरबते :

अर्थातच घरी केलेली. तुम्ही सर्व प्रकारची सरबते करू शकता, लिंबाचे सगळ्यात सोपे. आलियाच्या आवडत्या लिंबू सरबताची कृती सांगते – लिंबू रस, साखर, थोडे किसलेले आले, काळं मीठ, केशराची एखादी काडी, मिरपूड इ. नैसर्गिक खनिजांनी आणि व्हिटॅमिन्सनी युक्त सरबत कुठच्याही 'स्पोर्टस् ड्रिंक'च्या तोंडात मारेल. चव, दृश्य स्वरूप आणि शरीराचे जलसंतुलन सर्व बाबतीत. शरीराचे तापमान उतरते. खेळताना किंवा खेळल्यानंतर प्यायचे.

आणखीही बऱ्याच प्रकारची सरबते तुम्ही बनवू शकता मोगरा, वाळा, बेल, आवळा, कोकम इत्यादी. तुम्ही स्वत: बनविलेत तर जास्त चविष्ट लागेल. मित्रमंडळीत, कुटुंबियांच्यात तुम्ही स्वत: सरबत करून पाजलेत तर बघा कशी मजा येईल. सरबतामुळे पचन सुधारते, शरीराचे तापमान कमी होते आणि सरबतांमधील पोषक द्रव्ये हॉर्मोन्सचे संतुलन साधतात.

पॅक्ड ज्युसेस्, रेडिमेड मिक्सेस, कोलाज्, कॅफीनेटेड ड्रिंक्स यापैकी काहीही घ्यायचे नाही (घरगुती उद्योग करणाऱ्या स्त्रियांकडून कोकम सरबतासारखी उत्पादने घ्यायला काहीच हरकत नाही.) आयुर्वेदानुसार आपली जीभ सहा प्रकारच्या चवी ओळखू शकते. गोड, आंबट, खारट, तुरट, कडू आणि मिरमिरणारी. भारतीय सरबते भूक वाढविणारी असतात. तसेच सगळ्या चवी घेण्यास जिभेला उद्युक्त

करतात. या वयात पालकांनी मुलांना सावकाश जेवून सगळ्या चवींचा आस्वाद घ्यायला शिकवायला हवे. किती खात आहेत त्याला अवाजवी महत्व देऊ नये. जितकं सावकाश खातील, तेवढ्या चवी लक्षात येतील, चावून खायला शिकतील आणि कधी पोट भरलेय तेही कळू लागेल. हेच वय असते जेव्हा घरातील आजी तुम्हाला सांगते की किती खाल्ले ते मोजू नका. आवश्यक तेवढे खा.

कसे प्यावे :

दोन जेवणांच्या मधल्या वेळात किंवा खेळल्यानंतर थोडी अधिक भूक लागली असेल तर ताज्या फळाचा मिल्कशेक बनवून प्या. शक्यतो रवीच्या सहाय्याने फळाचा गर व दूध मिसळा. पोषक तत्वे टिकून राहतात. कधी साखर, केशर किंवा कधी मीठ घालून लस्सी सुद्धा पिऊ शकता.

स्मरणरंजन

काही आठवणी एखाद्या पदार्थाच्या चवीशी, स्वादाशी निगडीत असतात. अशीच माझीही एक लिंबू सरबताशी निगडीत आठवण आहे. मी दहा वर्षांची होते आणि माझे आजोबा आप्पा यांच्याबरोबर चिपळूणला गेले होते. माझ्याशी खेळायला माझी मावशी पल्लवी, माझ्या आईची चुलत बहीण असे. ती माझ्यापेक्षा वर्षभरानेच मोठी आहे. मोठे कुटुंब असले की तुमची भावंडं खूप लहान असतात आणि काका, आत्या, मामा, मावशी, बरोबरीचे असतात. असो. आम्ही दोघी एकदा अशाच कंटाळलो आणि काहीतरी धाडस करावे असे मनात आले. आप्पा म्हणाले की बाजूला काजूचा आडवा नावाचा डोंगर आहे. त्यावर चढून जा. म्हणून मी आणि पल्लवीनं लिंबू सरबत बरोबर घेऊन निघायचे असे ठरविले. आम्ही आपापल्या पाण्याच्या बाटल्यांमध्ये लिंबू पिळले, त्यात मीठ, साखर, घालून हात दुखेपर्यंत हलविले. आप्पांनी चव पाहिली आणि मस्त झाल्याने सांगितले. आम्ही निघालो. डोंगराच्या पायथ्याशी असललेले छोटे जंगल चालून डोंगरमाथ्यावर पोहोचलो. वर पोचल्यावर आम्ही बाटल्या उघडल्या आणि प्यायलो. सरबत? छे छे! अमृत वाटले ते मला. त्याची चव मला इतकी आवडली की त्यानंतर कधीच मी लिंबू सरबत प्यायले नाही. कारण मला त्या लिंबू सरबताची आतवण आयुष्यभर जगायची आहे.

२. डाळी-कडधान्ये :

शक्यतो कडधान्ये वापरा. ८-१० तास भिजवून, उपसून, मोड काढून वापरावीत. सैंधव मीठ घालून उकडवून खाल्ली तर चांगले. यामुळे हॉर्मोन्सचे संतुलन होते. स्नायू मजबूत होतात आणि हाडांची घनता वाढते. विश्वास बसणार नाही कदाचित पण भारतात ६५,००० कडधान्यांचे प्रकार आहेत. उत्तम प्रतीच्या कडधान्यांच्या उसळी करतात. थोड्या कमी प्रतीच्या कडधान्यांची डाळ करतात. आणखी कमी प्रतीची पापडांसाठी वापरतात व उर्वरीत गुरांसाठी खाद्य बनते. शून्य कचरा हा भारतीय शेतकऱ्यांचा मूलमंत्र आहे.

म्हणून आपण ही मूग, मटकी, चवळी, मसूर, वाल यांच्या पलिकडे जाऊन इतर कडधान्ये आहारात आणायला हवीत. कुळीथ तर नक्कीच खावे. किमान आठवड्यात एकदा कुळीथ वापरा. गढवाल भागातली नवरंगी डाळ वापरून पहा. या सर्व कडधान्यांमध्ये चोथाही भरपूर आहे आणि ती विविध प्रकारे वापरता येतात.

कसे खाल :

अर्थातच भाताबरोबर किंवा पोळी/भाकरी बरोबर. त्याचे घावनही बनविता येतात. दही/चटणी सोबत खाऊ शकता. कुळीथाचे कळण तर सर्वांना आवडतेच. त्यात तूप घालून प्यायले तर किडनी स्टोन्स् पासून बचाव होतो. त्वचा मऊ राहते आणि फ्ल्यू सारखे आजार लांब राहतात. रात्री हलका आहार म्हणून घेऊ शकता. जर एखादा खेळ स्पर्धा पातळीवर खेळत असाल तर आठवड्यातून दोनदा रात्री भाताबरोबर कुळीथ ऊसळ/पिठले घ्या.

मामाई दर आठवड्यात एकदा आम्हा दोघी बहिणींसाठी आणि तिच्या दोन नातींसाठी कळण बनवत असे. आमच्या चौघींच्या गँगसाठी बरेच खास पदार्थ होत असत पण कळण आमचे आवडते होते. मुद्दाम थोडं आंबट ताक ती करत असे. कळणामुळे व्हिटॅमिन बी१२ शरीरात सात्म्य होते.

डाळी कडधान्यांमध्ये भरपूर प्रमाणात विविध प्रकारची पोषकद्रव्ये असतात, त्यांचा उपयोग करून घेतला पाहिजे. लाडू, बर्फी, हलवा यासारखे पदार्थ बनविता येतात. लाडू हा नाश्त्यासाठी (दूधा बरोबर) उत्तम पदार्थ आहे. हलवा खास प्रसंगी आजारातून उठल्यावर ऊर्जेसाठी उपयुक्त ठरतो.

३. अळीव :

मी 'इंडियन सुपरफूडस्' मध्ये याबद्दल लिहिले आहे. प्रेग्नन्सी नोटस् मध्ये पण याचा उल्लेख आहेच. आणि आता या पुस्तकातही त्याचा समावेश करीत आहे. 'मूर्ती लहान, किर्ती महान' असा हा पदार्थ आहे. आयर्न आणि फॉलिक ॲसिड दोन्ही असल्यामुळे हिमोग्लोबीन वाढते. थायरॉईड ग्रंथी चांगले काम करतात आणि खेळल्यानंतर खाल्ल्यास ऊर्जेची भरपाई होते. रोज चमचाभर अळीव आहारात आले तर त्वचा चमकते. केस आणि नखांचे आरोग्य शाबूत राहते. हिमोग्लोबीन कमी असेल, ब्लड प्रेशर किंवा IBS असलेल्या व्यक्तींना खूप उपयुक्त. मुलांना मोठी झाल्यावर हे आजार होण्याची शक्यता कमी होते.

कसे खावे :

मला लाडू खूप आवडतात. अळीव, नारळ, गूळ, तूप, जायफळ हे घटक असलेले लाडू दोन जेवणांमध्ये खाऊ शकता. अळीव नारळाच्या पाण्यात/दूधात भिजवून खा.

५) बारा ते पंधरा वर्षे :

हे जग सुंदर आहे पण पौगंडावस्था मात्र कठीण आहे. निदान आजच्या घडीला तरी या वयातील मुलींच्या काही आया वेगवेगळे विभ्रम करून सेल्फी काढतात तेव्हा पौगंडावस्थेत कोण असा प्रश्न पडतो. तसेच बऱ्याचदा वडीलांच्या वागणूकीबद्दल वाटते. आपल्या वयाला शोभेसे वागणे पालकांना जमले तर मुलांची पौगंडावस्था सोपी होईल. पौगंडावस्था हा एक प्रवास आहे. जेव्हा मुले स्वतःला शोधत असतात. आपले या जगातील स्थान काय याचा विचार करत असतात. बाह्य गोष्टींना या काळात भुलून न जाता आपली स्वतःची ओळख, निजखूण, पटणे खूप आवश्यक असते. ते जमले की आयुष्य 'आनंदाचे डोही, आनंद तरंग' असे होते. योग्य आहार हा प्रवास सोपा करतो कारण 'अन्न' हा आनंदाकडे जाणारा मार्ग आहे. मात्र आधीच्या पिढीने 'क्लायमेट चेंज' हे नवीन आव्हान मुलांसमोर उभे केले आहे.

जसे तुम्ही मोठे होऊ लागाल, तसे तुम्हाला 'क्लायमेट चेंज' चे आरोग्यावर, अर्थकारणावर होणारे परिणाम कळू लागतील. तुम्हाला विविध आजारासाठी

डझनभर लसी टोचून घ्याव्या लागल्या असतील. पण तुम्हाला त्रास होणार आहे तो क्लायमेट चेंजचा. यामुळे व्हेक्टर बोर्न डीसीजेस् (डास किंवा तत्सम किटक चावल्यामुळे होणारे आजार, हल्ली असे आढळते की प्लेटलेट काऊंटस् कमी होतात पण तो डेंग्यू किंवा अन्य कोणता ज्ञात आजार नसतो) पोटातील उपयुक्त जिवाणूंमध्ये फेरफार, अॅलर्जीज आणि नॉन कम्युनिकेबल डिसीजेस् अशा समस्या येतात. नॉन कम्युनिकेबल डिसीजेस मध्ये मुख्यत: हृदयरोग, फुफ्फुसांचे रोग, कॅन्सर, मानसिक आजार यांचा समावेश होतो. या सगळ्यांतून मार्ग काढायचा म्हणजे काय, कसे खावे आणि क्लायमेट चेंजला तोंड कसे द्यावे याचे अभ्यासपूर्वक नियोजन करणे होय. **आता तीन सर्वात्तम पदार्थांविषयी बोलू या -**

१. डाळ-भात-भाजी-तूप रात्रीच्या जेवणात :

जी मुले, रात्री साधे जेवण करतात ती आजकालच्या भाषेत 'कूल' असतात. डाळ-भात-भाजी-तूप यामधून शरीराला आवश्यक अशी सर्व अमायनो ॲसिडस् (अमायनो ॲसिड प्रोफाईल) मिळतात. यामुळे शरीराची वाढ उत्तम होते. पचायला सोपे असल्यामुळे जडत्व येत नाही आणि झोपही छान लागते. या ऐवजी भाकरी/पोळी/भाजी खाऊ शकता. रात्रीच्या जेवणात लोणचे/पापड घेऊ शकता. घरी विरजलेले दही/ताक घेऊ शकता. डाळीच्या ऐवजी अधेमधे कडधान्यांची आमटी किंवा उसळ वापरा. कडधान्ये दिवसातून एकदा खाल असे पहा. भाजी स्थानिक आणि ऋतुनुसार मिळणारी असावी.

कसे खाल :

एकाही गॅजेट (मोबाईल, आय पॅड, टी.व्ही. इ.) शिवाय भीती न बाळगता कटकट न करता आठच्या आत भात तर पोट सपाट. करीना कपूर पण 'वीरा द वेडिंग' च्या शुटींगच्या वेळेला रात्री भात जेवत असे. आपले चित्त प्रसन्न राहते आणि ऊर्जा सुद्धा दिवसभर टिकून राहते. यामुळे तुम्ही क्लासेसचे रूटीनही न थकता पाळाल. तुम्हाला मस्त वाटू लागेल, आपलीच नव्याने ओळख होईल. फक्त तांदूळ हातसडीचा अथवा एकेरी पॉलीश असलेला वापरा. ब्राऊन नको.

भाताचा कंटाळा आला तर खिचडी, पुलाव, बिर्याणी यापैकी काही तरी घ्या. फक्त हे लक्षात असू द्या की रात्रीचे जेवण साधे असावे. शरीराला वेळेवर पोषक घटक मिळतात आणि शरीराची वाढ आणि पेशींची दुरूस्ती निर्मिती या क्रिया

प्राधान्यक्रमाने शरीरात घडतात. पौगंडावस्थेतील आव्हाने तुम्ही सहज पेलाल आणि तन-मन कणखर होईल.

२. काजू आणि किसमिस (बेदाणे) :

काजू हे आयर्न तसेच मॅग्नेशियम सारख्या खनिजांचे भांडार आहे हे तुम्ही कदाचित ऐकले नसेल. मॅग्नेशियम शरीरातील दुखणे खुपणे कमी करते. पायात क्रँप्स् येत नाहीत. काजू हे कोलेस्टेरोलने भरलेले, म्हणून बदनाम केले गेले आहेत. हे 'न्युट्रीशनीझम'चे उदाहरण आहे. (न्युट्रीशनीझम – एखादा अन्नपदार्थ त्यातील एकाच पोषक द्रव्याने ओळखणे) वास्तवात काजूमध्ये शून्य कोलेस्टेरॉल आहे आणि तसेही कोलेस्टेरॉल हे अत्यावश्यक असे पोषक द्रव्य आहे म्हणून ते टाळण्याची, कमी करण्याची गरजच नाही. आपण चुकीची माहिती गोळा करणे कमी करण्याची गरज आहे.

मनुका सर्वांनाच प्रिय असतात. कधी गोड खायची इच्छा झाल्यास खायला उत्तम पदार्थ. यात आयर्न, बी६ आणि पोटशियम आहे. डोकेदुखी, पोटफुगी कमी करण्याचा मनुका हा नैसर्गिक उपाय आहे. रोज हे दोन्ही आहारात ठेवा. पाळीच्या वेळेस कंबरदुखी, पायदुखी, पोटदुखी असेल तर हमखास रोज खा.

कसे खाल :

शाळेतून येताना किंवा सकाळी ९ll च्या सुमारास खा. अभ्यास बराच वेळ चालणार असेल तर अधेमधे खाण्याने स्फूर्ति मिळते. चहा-कॉफी, कॅफीनेटेड ड्रिंक्स पेक्षा जास्त फायदेशीर. श्रीखंड, हलवा, शिरा अशा गोड पदार्थात घाला. भरपूर उर्जा देणारे हे पदार्थ अवश्य खा.

साखरेवरील कर

कॉफी, कॅफीनेटेड ड्रिंक्स आणि कोलाज हे वाढत्या वयात शरीराला घातक आहेत (स्थूलत्व आणि नॉन कम्युनिकेबल डिसीजेस्) त्याचप्रमाणे स्थानिक अर्थकारणाला आणि वैश्विक पर्यावरणालाही मारक आहेत. त्यांची चांगली म्हणावी अशी एकच गोष्ट – त्यांचे मार्केटिंग. त्यांच्या जाहिरातींची गंमत घ्या, मात्र त्यांना हात सुद्धा लावू नका. साधारणपणे

याच कंपन्या मोठ्या क्रिकेट टुर्नामेन्टस् आणि क्रीडामहोत्सवांच्या प्रायोजक असतात. जमिनीतील पाण्याचा अनिर्बंध वापर करून पर्यावरणऱ्हास करणाऱ्या या कंपन्या सेलिब्रिटीजना जाहिरातींसाठी घेतात आणि समाजाचे लक्ष पर्यावरणाकडे न राहता खेळांकडे, सेलिब्रिटीज्‌कडे जाते. आरोग्याचे बारा वाजतात. या ड्रिंक्समुळे हे नजरेआड होते. दुर्दैवाने या कंपन्यांना हे सर्व छान जमतेय. अगदी आता आतापर्यंत.

मेक्सिकोमधील आरोग्याविषयी जागरूक असणाऱ्या एका ग्रुपने कोला कंपन्यांशी लढणे चालू केले आहे. कंपन्या कमी प्रतीची साखर, (HCFS - High Corn Fructose Sugar) कॅफीन आणि इतर घातक रसायने वापरतात असे त्या ग्रुपचे म्हणणे आहे. परिणामी बऱ्याच देशांनी या कंपन्यांवर 'साखरेचा कर' बसवला. कंपन्यांनी तो टाळण्यासाठी आकाश पाताळ एक केले पण शेवटी तो भरावा लागत आहे. कंपन्या करत असलेल्या नुकसानीच्या पुढे हा कर अगदीच कमी आहे. मात्र योग्य दिशेने पडलेले हे पाऊल आहे.

मला या कराला 'साखरेवरील कर' म्हणणे मान्य नाही कारण यामुळे लोक बेदाणे, ताजी फळे यामध्ये असलेल्या नैसर्गिक साखरेविषयी सुद्धा साशंक होतात. आपण या कराला 'जंक कर' म्हणायला हवे. ही पेये प्लास्टिक पॅकेजमध्ये असतात. त्यांची सवय, अगदी व्यसन म्हणावी अशी लागते. 'साखरेवरील कर' म्हटले की फक्त एकाच पोषकघटकावरचा कर असा मर्यादित अर्थ निघतो. साखर काढली तरी तो पदार्थ आरोग्यदायी होणारच नाहीए.

सहज आठवतील अशी उदा. बेक्ड चिप्स्, शुगर फ्री कोलाज्, पॅकेज्ड फ्रुट ज्युसेस इ.

३. रोज चटणी खा :

हे वय म्हणजे तारुण्यात पदार्पण करणे. आपल्या सगळ्यांना कल्पना आहे की आपल्याकडे स्थूलत्व आणि कुपोषणाच्या बरोबरच न उमजलेली भूक ही सुद्धा मोठी समस्या आहे. जगात अशा न उमजलेल्या भुकेल्यांची संख्या दोन बीलीअन्स् इतकी आहे. या लोकांमध्ये हिमोग्लोबीन, बी-१२ आणि डी व्हिटॅमिन अशासारख्या पोषक तत्वांची कमतरता असते आणि मग आयुष्य परिपूर्ण रीतीने जगता येत नाही. वरचेवर आजारपणं सतावतात. स्थूलत्व आणि एन्.सी.डी.ज् होण्याची

शक्यता असते. लक्षात असे घ्यायला हवे की एखाद्या पोषकद्रव्यांची कमतरता म्हणजे इतरही काही पोषक द्रव्यांची कमतरता ओघानेच येते.

पारंपारिक पद्धतीने खाणे हाच सर्व पोषक तत्वे मिळविण्याचा हमखास उपाय आहे. त्यामुळे शरीराची, मेंदूची वाढ नीट होते आणि त्यांचे कार्य योग्य रीतीने चालू राहाते. आपल्या परंपरेत किती विविध प्रकारच्या चटण्या पाने, बिया, भाज्यांची साले, मूळ इ. पासून बनविलेल्या आहेत.

आपण मात्र त्या चटण्यांच्या जागी केचप्स्, सॉसेस् खायला लागलो आहोत. अळशी, तीळ, खोबरे, कढीपत्ता, शेंगदाणे, जवस, डाळ इतकेच नव्हे तर भांगेच्या पानांची सुद्धा चटणी होते. या चटण्या भाकरी, पोळी, खाकरा, परोठा, इडली कशाशीही खाता येतात. शरीराला इसेन्शिअल फॅटी ॲसिडस्, सूक्ष्म प्रमाणात आवश्यक असलेली खनिजे, व्हिटॅमिन्स्, फायटो न्युट्रीएन्टस् मिळतात. उडीपी प्रदेशात ताकात चटणी घालून पिण्याची पद्धत आहे. ऋतुनुसार जास्वंदीच्या फुलापासून किंवा इतर काही पानांपासून चटणी बनवितात. त्यातल्या एकाला ते व्हिटॅमिन सोपु असे संबोधतात. कारण त्यातून भरपूर पोषण मिळते.

कशी खाल :

चटण्यांमुळे जेवणाला चटपटीतपणा येतो. ब्रेकफास्ट, दुपारचे, रात्रीचे जेवण कधीही खाता येते. आजीकडे भुणभुण लावा आणि विस्मृतीत चाललेल्या चटण्या करून घ्या. रक्तशर्करा नियंत्रित होईल, चेहऱ्यावर फोड येणार नाहीत आणि इन्सुलिनचे कार्य सुधारेल. सडसडीत राहण्याचा रुचकर मार्ग! ब्रेडवर पीनट/ अलमंड बटर लावता. त्याऐवजी चटणी लावत जा. लोणी आणि चटणी किंवा तेल-चटणी एकत्र करून ब्रेडबरोबर, भाकरीबरोबर खा.

महत्त्वाची टीप : बाहेर खाणे

मी लंडनला असताना रेस्टॉरंटच्या शेफला विचारले, 'इथे मुले आली की ती काय खातात?' त्या रेस्टॉरंटमध्ये मसूरी, डेहराडूनच्या मुलांची रीघ लागलेली असे. 'पीझा, पास्ता, सॅंडवीच, बर्गर' त्याने क्षणाचाही विलंब न करता उत्तर दिले. 'पोटॅटो वेजेस, पॅनकेक्स्, वॅफल्स् हे पण

खातात. त्यांना चवीशी काही देणे-घेणे नसते. त्याने पुस्ती जोडली. 'म्हणजे काय?' मी विचारले. तो म्हणाला, चव कशीही असो, पदार्थ दिसण्यात आकर्षक हवा. त्याने खरं ते सांगितले आणि हे वयच असे असते की बाह्यांगाला अंतरंगापेक्षा जास्त महत्त्व दिले जाते. त्यामुळे वय एक महत्त्वाचे कारण होतेच. शिवाय या रेस्टॉरंट मधले देशी अन्न अगदीच बेचव असते, मग ते कितीही पॉश रेस्टॉरंट असू दे.

जर एखादा मनापासून काम करणारा 'शेफ' असेल तर तो नक्कीच 'देशी' पदार्थ आकर्षक स्वरूपात मांडेल आणि मग नक्कीच मुले जंकपेक्षा या पदार्थांना पसंती देतील. पण मुलांनो, खरं सांगू का? मी जेव्हा तुम्हाला असे रेस्टॉरन्टस् मध्ये जंक खाताना, सेल्फीज् काढताना, हसता-खिदळताना बघते ना तेव्हा मला फार अपराधी वाटते. आम्ही चाळीस किंवा अधिक वयोगटातील लोकांनी ही वेळ तुमच्यावर आणली आहे. तुमच्यासाठी झाडे-झुडपांनी नटलेल्या जिथे फुलपाखरे, पक्षी आहेत अशा मोठ्या आकाराच्या बागा राखून ठेवण्यात आम्ही अयशस्वी ठरलो आहोत. अशा बागा असत्या तर तुम्ही घरून 'पिकनिक बास्केट भरून आणल्या असत्यात आणि धावून, खेळून, आरड-ओरडा करत, दंगामस्ती करून धम्माल केली असतीत.

आता मी तुम्हाला रेस्टॉरन्टस् मध्ये पोक काढून समोर जंक फूड ठेवून खाताना बघते तेव्हा मला माहितीए की ही वेळ आम्हीच तुमच्यावर आणली आहे. आम्ही तुमच्या वयाचे होतो, तेव्हा क्वचितच बाहेर खाल्ले असेल, फार तर वर्षातून दोनदा. आमच्यासाठी मोकळी मैदाने होती. आम्हीच तिथे सिमेंटची जंगले उभी केली आहेत. आम्ही आमची श्रीमंती वाढविण्यासाठी हे उद्योग केले. पण आम्ही ती गमावली कारण आरोग्य हीच खरी श्रीमंती आहे. बाकी नुसते नंबर्स. मला खात्री आहे की तुम्ही हे बदलाल आणि आम्ही केलेल्या चुका सुधाराल. तुमच्या पोटातील अग्नी ज्वलन्त राहो आणि त्यात स्थानिक, पारंपारिक पदार्थांची आहुति पडो, हा आशीर्वाद देते.

•

भाग - २ ब

प्रसंगानुरूप

१) शाळा चालू असताना

एक काळ असा होता की जेव्हा शाळा फक्त सहा तास उघड्या असत. मी अशाच एका शाळेत होते – शेठ चुनीलाल दामोदरदास बर्फीवाला हायस्कूल; हसू नका, हेच शाळेचे नाव आहे. मी राहत असे त्या सोसायटी आणि शाळेमध्ये फक्त एक भिंत होती. इतकी जवळ शाळा होती. मी शाळेत जाणे-येणे धावतच करत असे. तेही न दमता. मी फीट होते म्हणून नव्हे तर अंतरच कमी होते म्हणून.

आता मात्र शाळेची वेळ ७.३०/८.३० ते ३.३०/४.३० अशी असते. आख्खा दिवस शाळेत निघून जातो. आणि शाळा दूर असेल तर मूल बिचारे बसमध्ये नाहीतर कारमध्ये ट्रॅफिकमध्ये अडकलेले असते. मुलांना खूप लवकर उठून तयार व्हावे लागते. वाढीस आवश्यक अशा साखरझोपेला त्यांना मुकावे लागते. त्यांच्यापाशी खेळायला, छंद जोपासायला वेळच नसतो. बऱ्याचदा घराबाहेरच खावे-प्यावे लागते. घरातून डबा नेला तरी ताजे गरम अन्न त्यांना मिळत नाहीच. फार तर तीन वेळा मुले घरी खाऊ शकतात, ते पण घाईघाईत. आरामात बसून, अन्नावर लक्ष केंद्रित करून खाणे दूरची गोष्ट. खरे तर बालपणच घाईघाईत निघून जाते. त्यांना आरामशीर काही करता येत नाही.

माझी बहिण अंकिता IIMA ची पदवीधर आहे आणि तिचा नवरा IIT मुंबई आणि IIMA चा पदवीधर आहे. ती सुरतमध्ये फाऊंटनहेड नावाची सुप्रसिद्ध शाळा चालवते. रश्मी बन्सलच्या पहिल्या पुस्तकातच तिच्याविषयी लिहिले गेले आहे. दोघे नवरा-बायको शिक्षणक्षेत्रात क्रांती आणू इच्छितात. त्या ध्येयाने ते झपाटलेले आहेत. थोडेसे हाय-फाय कॅटेगरीत मोडतात. मी एका मुंबईतील कॉलेजमध्ये 'विमेन एन्टरप्रेनर कोर्स'साठी प्रवेश घेतला. तेव्हा अंकिता म्हणाली, तू 'सी ग्रेड कोर्स' एका 'बी ग्रेड' युनिव्हर्सिटीमधून करत्येस. मी म्हटले – चालेल. गाढ्यासारख्या 'ढेड् ग्रेड' मुलीसाठी. असो. पण दोघे खूपच हुशार

आहेत. माझा मेहुणा IIMA च्या कॅम्पस रिक्रुटमेन्टचा प्रमुख होता. पण स्वत: एकही इंटरव्ह्यू दिला नाही. ही २००३ मधली गोष्ट आहे. या घटनेची प्रसारमाध्यमांनी दखल घेतली होती. माझ्या बहिणीने काही महिने शाळेचे स्वप्न पुरे करण्यासाठी नोकरी केली. त्यांना काहीही करून शाळेचे स्वप्न पूर्ण करायचे होते ते त्यांनी केले. आता तुम्ही अंकिताला विचारा ती सांगेल — जी घराजवळ असेल ती सर्वोत्तम शाळा. तिच्या मताला मी खूप मानते. तिच्या मते शाळेपेक्षा घर महत्त्वाचे आहे. घरात पोषक वातावरण असेल तर मुले यशस्वी होतात. बाकी हे बोर्ड, ते बोर्ड असे स्तोम माजविले आहे.

म्हणून सांगते, माझ्या बहिणीचा उपदेश ऐका. ती जास्त बडबड करत नाही पण जेव्हा बोलते, ते शहाणपणाचे बोल असतात, असे हे सांगितले — बोर्डस् ना अवास्तव महत्त्व दिले आहे.

असो, या पुस्तकात मुलांच्या शाळेविषयी चर्चा करण्याची गरज नाही. आपण शाळेत मूल असताना त्याने काय खावे यावर बोलू. त्याचा आहार असा असावा की जेणेकरून त्याला कुठलाही आजार होणार नाही, त्याचे बालपण आनंदी होईल आणि चिडचिडेपणा टळेल.

पहिलं खाणं – शाळेत जाण्यापूर्वी

- एक भांडं पाणी (रात्रभर चांदीच्या अथवा तांब्याच्या भांड्यात ठेवलेले) + ताजं स्थानिक फळ किंवा केळं + सुका मेवा + दूध
  काजू + किसमिस/खजूर+अक्रोड/अंजीर + पिस्ते अशी मिश्रणे देऊ शकता. (त्यांच्या आवडीचे द्या). बदाम द्यायचे असले तर रात्रभर भिजवून सोलून द्यावेत.
- आणि हे घरीच खाऊन बाहेर पडू दे. बस किंवा गाडीत खायला देऊ नका.
- बसून खाऊ दे. फार तर शेवटचा घास बाहेर पडता पडता खाऊ दे.

दुसरं खाणं – ब्रेकफास्ट किंवा शाळेतील सुट्टीच्या वेळेस

- परोठा/ठेपला/पोहे/उपमा/इडली/डोसा — तुमच्या प्रदेश आणि परंपरेनुसार.
- प्लॅस्टिक डबा, टिश्यू पेपर किंवा ॲल्युमिनियम फॉईलमध्ये न देता स्टीलचा डबा किंवा मलमलच्या कापडाचा वापर करा. पर्यावरण सांभाळा.

तिसरं खाणं – शाळेत जेवणे

- पोळी-भाजी-दही/पोळी-उसळ/दही-भात-भाजी/दुसऱ्या खाण्यात दिलेले पर्याय.
- ऋतुनुसार धान्य बदला.
- लोणी-तूप सढळपणे वापरा.
- चटणी किंवा लोणचे (घरी केलेले) द्या.

चौथं खाणं – बहुतेक वेळा शाळा सुटताना

या वेळेस त्यांना घरी ट्रॅफिकमधून यावे लागते. याच वेळेला भांडण-तंटे, चेष्टा-मस्करी यांना ऊत येतो. त्यांच्या रक्तातील साखर कमी झाल्यामुळे चिडचिडेपण येते.

- एक भांडे पाणी.
- शरीरातील द्रवपदार्थ वाढतील असे खाणे – केळे, घरी केलेला लाडू, चिकी, श्रीखंड, चिवडा, तूप-गूळ-पोळी इ.
- इतर पर्याय – लस्सी/ताक/कोकम सरबत/लिंबू सरबत.

पाचवं खाणं – घरी, ताजे

मुले किती वाजता घरी येतात, किती भुकेली असतात त्यावर काय द्यायचे ते ठरवा.

- धान्य अथवा कडधान्यापासून केलेला पदार्थ – नाचणी सत्व किंवा वेगवेगळ्या प्रकारचे घावन, दही किंवा लोण्याबरोबर, पोळी/भाकरी आणि भाजी/नॉनव्हेज (मीट)
- अळीवाचा/शेंगदाण्याचा लाडू + चिवडा – दही किंवा ताज्या फळापासून मिल्क शेक.
- शिकरण - पोळी
- ऊसाचा रस + कुळीथ (भारतातील अनेक भागांमध्ये अलीकडच्या काळापर्यंत पारंपारिक खाण्यात याची गणना होत असे.)
- केळे पोळी, आंबा-पोळी, फणसाचे गरे.
  (केळ, फणस, आंबा ही फळे जेवणात खाऊ शकता.)
- पोळी/भाकरी/रोटला । चटणी/छुंद।

- पोहे/उपमा.

सहावं खाणं

- तांदुळापासून केलेला पदार्थ – पुलाव/खिचडी/वरण-भात.
- जर तुम्ही राहत असलेल्या भागात तांदूळ पिकत नसेल तर पोळी-भाजी, आमटी-पोळी.

सातवं खाणं – झोपण्यापूर्वी (भूक असल्यास)

- दूध, गुलकंद अथवा च्यवनप्राश बरोबर (हवामानानुसार)

लक्षात ठेवा

- किती खायचे ते मुलांनाच ठरवू द्या. जबरदस्ती नको. आहार नियोजनातील प्रत्येक पदार्थ खाल्लाच पाहिजे असे नाही. ते तुमच्या सोयीसाठी दिले आहे. शाळेनंतर मुलाचे काय वेळापत्रक असेल त्यानुसार फेरफार करा.
- वर दिलेल्या ७ खाण्याच्या वेळा कमी-अधिक (५ ते ९) होऊ शकतील.
- तुम्ही तुमच्या प्रदेशानुसार, परंपरेनुसार खाण्यांमध्ये बदल करू शकता.
- त्यांना भूक कमी-अधिक लागू शकते हे लक्षात ठेवा.
- त्यांना खाली बसून खाण्यास प्रोत्साहन द्या. चावून खायला, अधे-मधे किंवा जेवणानंतर (त्यांच्या गरजेनुसार) पाणी प्यायला सांगा.
- मुलांच्याच मदतीने आठवडाभराच्या आहाराचे नियोजन करा. त्यांना दुकानातून सामान आणणे, स्वयंपाकघरात छोटी-मोठी कामे करणे, आपला डबा स्वच्छ करणे इ. कामांमध्ये गुंतवा.
- बिस्किटे, चॉकलेटस्, ज्युसेस्, सिरीअल्स्, जाम्स्, डीप्स्, चीप्स्, कोलाज् हे रोज खाण्याचे पदार्थ नव्हेत.

शाळेतील वाढदिवस

बऱ्याच शाळांनी आता शाळेत वाढदिवस साजरे करण्यावर बंदी आणली आहे; चॉकलेट, केक इ. आणायचे नाही. ही गोष्ट ठीक आहे पण मुलांना थोडी-फार तरी मज्जा करू द्या. वाढदिवसाच्या दिवशी

मुलांना आपण मोठे झाल्याची, जबाबदार होण्याची जाणीव करून देऊ शकतो. या दिवशी तुमच्या प्रदेशाचे, घरचे खास पदार्थ करून सगळ्यांना खिलवू शकता. ही संधी वाया घालवू नका. केक कापला नाही तरी कपकेक्स् आणण्यासारखे प्रकार करू नका. यानी काय फायदा होणार आहे? मात्र घरच्या पदार्थांच्या पार्टीने नक्कीच फरक पडेल. यामुळे वाढदिवसाला येणाऱ्या सर्व मुलांना 'गट डायव्हर्सीटी' (उपयुक्त जिवाणूंचे विविध प्रकार) चा फायदा मिळेल. या निमित्ताने मुलांना इतर संस्कृतीविषयी जाण होईल. मुलांना प्लॅस्टिक न वापरता स्टील/काचेच्या प्लेटस् मधून खायला दिल्याने कचरा कमी करण्याचे शिक्षण नकळत दिले जाईल.

खास टिप्पणी : परीक्षा

परीक्षेची शारीरिक, मानसिक आव्हाने पेलण्यासाठी पुढे आहार-नियोजन देत आहे.

१. परीक्षेपूर्वी एक महिना

- शहाळ्याचे पाणी, ताक, कोकम सरबत, पन्हे इ. पेयांनी शरीरातील द्रवाचे संतुलन होईल.
- संध्याकाळी ४ ते ६ या दरम्यान व्यवस्थित खा. याचे कारण या वेळेस मुलं थकतात. चीज सँडवीच, तूप-गूळ-पोळी, दही-चिवडा, ताज्या फळाचे मिल्क शेक अशासारखे पदार्थ घ्या.
- रात्री जागून अभ्यास करत असलात तर सुका मेवा, मिल्क शेक घ्या.

२. परीक्षेच्या आदल्या दिवशी

- कप केक, नुडल्स्, चॉकलेटस् नाही.
- किमान एक तास मोकळ्या हवेवर खेळा.
- १५-२० मिनिटांची डुलकी काढा. अभ्यास केलेला लक्षात राहण्यास उपयुक्त.

- जेवणात दही घ्या. परीक्षेच्या तणावामुळे पचनात होणाऱ्या समस्यांवर मात करता येते.
- एनर्जी अथवा कॅफीनेटेड ड्रिन्क्स् घेऊ नयेत. मेंदूच्या सुरळीत कार्यात ही बाधा आणतात.

३. परीक्षेच्या दिवशी

- घरचा ताजा ब्रेकफास्ट घ्या.
- परीक्षेला जाण्यापूर्वी ताजे फळ/दही-साखर खा.
- बाटलीत लिंबू/कोकम सरबत घेऊन जा. परीक्षेदरम्यान थोडे थोडे घोट घ्या.
- परीक्षेनंतर केळ्यासारखे फळ किंवा लाडू किंवा पोहे असे खा.

२) सुट्टी

आयुष्यातले सर्वोत्तम दिवस. मुलांनी चार प्रकारे सुट्टीचा अनुभव घ्यायला हवा.

i) आजी-आजोबा, मावशी, काका, मामा, आत्या कोणाकडेही दोन-चार दिवस आई-बाबांशिवाय रहा.

ii) स्वत:च्या घरी निवांत रहा. शाळा-क्लास असे काही नसताना रहाण्यात वेगळी मजा आहे.

iii) नातेवाईकांना/मित्र-मैत्रिणींना तुमच्या घरी रहाण्यास बोलवा.

iv) भारतात पर्यटन ज्यात ट्रेक, स्कीईंग, जंगल, समुद्र, वाळवंट, किल्ले, असे काही पाहण्यास मिळेल.
कमी-अधिक खर्चात हे जमू शकते.

v) क्वचित शक्य असल्यास –

परदेश प्रवास – पण दुबई, सिंगापूर नको. मॉल्स् आणि खरेदी म्हणजे मजा असा मुलांचा समज होता कामा नये.

हे सर्व प्रकार का महत्त्वाचे आहेत ते मी तुम्हाला सांगते. मुलांना वेगळे पाणी, अन्न, रहाण्याची व्यवस्था अनुभवता येते. पाणी खूप महत्त्वाचे, पाणी बदलले की अन्नाची चव बदलते. आपण 'बारा गावचे पाणी प्यायलेली व्यक्ती' असे म्हणतो. अशा व्यक्तीचे पोट म्हणजे पचन संस्था मजबूत होते. ही व्यक्ती सभोवतालच्या परिस्थितीशी जुळवून घेऊ शकते. छोट्या छोट्या गोष्टींचा बाऊ करत नाही.

विविध प्रकारे सुट्ट्यांचा अनुभव का घ्यायचा?

प्रकार १ :

पाहुणे म्हणून गेले की कसे वागावे हे कळते. प्रत्येक गोष्ट ही आपल्या हक्काची आहे हा विचार कमी होतो. परंतु लाड आणि प्रेम मिळते. इतर घरांमधली दिनचर्या, जेवण्या-खाण्याच्या पद्धती इ. पाहून या गोष्टींचा परिणाम आरोग्यावर कसा होतो हे त्यांच्या लक्षात येते. आई-वडिलांनी न सांगताच मुले जबाबदारीने वागण्यास, ताटात पडेल ते अन्न खाण्यास शिकतात. या गोष्टींमुळे त्यांना जीवन शिक्षण मिळते. मुले ज्यांच्याकडे जाणार त्यांना मुलांच्या आवडी-निवडी कळवू नका. साधारणपणे मुले कटकट न करता आनंदाने खातात, त्यांना बदल मिळतो आणि खरेच जर त्यांना समस्या आली, तर ती बोलायचे धैर्यही गोळा करतात.

प्रकार २ :

दिनचर्या आणि त्यातील बदल म्हणजे काय हे मुलांना उमगते. नेहमीपेक्षा जास्त खेळू, झोपू शकतात. घरात मित्रमंडळ जमा करून खेळू शकतात. थोडक्यात घरी मनसोक्तपणे रहायचे. या काळात घर कसे चालते ते त्यांना बघण्यास मिळते आणि त्याची किंमत कळते. या वेळात त्यांना त्यांचे कपाट लावायला, स्वयंपाकघर स्वच्छ करायला शिकवा – अधूनमधून लाडू, पापड, श्रीखंड असे पदार्थ करताना त्यांना बरोबर घ्या.

प्रकार ३ :

खूप महत्त्वाचा आहे. यात मुले 'शेअर आणि केअर' करण्यास शिकतात. याचा अर्थ आलेल्या पाहुण्यांची काळजी घेणे, आपल्या आधी त्यांना प्राधान्य देणे हे ती मुले बघून आपोआप करू लागतात. कोण पाहुणे त्रासदायक वाटतात, कोण आनंददायी वाटतात, हे त्यांना कळते. मुले स्वत: पाहुणे म्हणून जाताना हे नकळत ध्यानात ठेवतात. दुर्दैवाने प्रकार १ आणि ३ आता कमी होत चालले आहेत.

लहान-सहान गोष्टी

माझी काकू आजी अगदी कमी प्रमाणात भाजी करण्यासाठी आमच्या कुटुंबात प्रसिद्ध होती. भाकरी, उसळ, दही, भात सर्वांना पुरेल असे करत असे. पण भाजी मात्र एकच वाटी. भाजी इतकी कमी पाहून जेवताना कोणी घेत नसत. किंवा नावालाच घेत. जेवणं झाल्यावर ती म्हणे की तुम्ही मला कमी भाजी करण्यावरून चिडवता, पण मी करते त्यातलीही उरवता. 'तुम्ही खातच नाही भाजी.' ती मला म्हणाली पण ते बोलणे काका आजोबांना होते. 'तू जास्त केलीस तर खाऊ आम्ही जास्त' मी त्यांच्या वतीने उत्तरले. माझ्या बहिणीने दुजोरा दिला. 'सगळे तुम्ही एकाच माळेचे मणी आहात' तिने आम्हा सगळ्या भावंडांना उद्देशून म्हटले. माझ्या आजोबांनी माझ्याकडे पाहून डोळे मिचकावले. माझ्या एका भावाने म्हटले, 'अग काकू-आजी, मनाला लावून घेऊ नकोस, गंमत केली तुझी.' त्यावर ती म्हणाली, 'मीच तुम्हाला महत्त्वाचे सांगते ते ऐका. जेवताना बोलू नका. जीभ आहे म्हणून बोलणे प्रत्येक वेळी गरजेचे नाही.' आम्हाला भेंडीच्या भाजीवरून आयुष्यभरासाठी धडा मिळाला.

प्रकार ४ :

मुलांना संस्कृतीची, इतिहास-भूगोलाची ओळख होते. प्रदेशानुसार आहार-विहारात होणारे बदल मुलांना कळू लागतात. त्यांच्या लक्षात येते की 'जंक फूड'ने आपले हात-पाय कसे डोंगर, नद्या, समुद्र सगळीकडे पसरविले आहेत. गंगा किनारी सुद्धा रिकामी पॅकेट्स दिसत असतात. 'जंक फुड'चे मार्केटिंग किती मोठ्या प्रमाणात झालेय ते स्वत: अनुभवतात. आरोग्यदायी अन्न बाहेर मिळणे किती दुरापास्त झालेय, हे मुले समजू लागतात. हे शिक्षण मुलांना मिळणे गरजेचे आहे. सरकारची जंक फुड विषयक धोरणे बदलणे अत्यावश्यक आहे. कंपन्यांच्या फायद्याला महत्त्व न देता सरकारने लोकांच्या आरोग्याला फायदेशीर होतील, अशी धोरणे आखायला हवीत. हे सगळे आपण मुलांना सांगण्याची गरज पडत नाही. त्यांचे त्यांना पाहून उमजते. ती मुलेच उद्या हे बदल घडवून आणण्यास हातभार लावतील.

प्रकार ५ :

माझे एक निरीक्षण आहे. तुम्ही घरात मुलांना जितके जास्ती पास्ता इ. पदार्थ खाऊ घालता, तेवढे तुम्ही परदेशात जाताना अधिक प्रमाणात ठेपले, खाकरा असे पदार्थ नेता. खरं पाहिले तर परदेशात जाल, तेव्हा मुलांना तिथले पदार्थ खाऊ द्यावे. तिकडे त्यांना मफीन्स्, ब्रेकफास्ट सिरिअल, रात्रीच्या जेवणानंतर 'डेझर्ट' असे पदार्थ मिळतील. त्यांनाच कळेल की आपण त्यांच्या मानाने किती कमी ताज्या पदार्थांमधून 'जंक' किंवा 'साखर' खातो. फाईव्ह स्टार हॉटेल असो किंवा बिझीनेस क्लासचा प्रवास असो, तुम्हाला पॅकेज्ड् ज्युसेस् मिळतात. लोकसुद्धा ताजी फळे न खाता पॅकेज्ड् ज्युसेस्‌ना पसंती देतात. किनोवा हे पॅरीस, बुडापेस्ट, लंडन, न्युयॉर्क, सिडनी इ. ठिकाणी 'स्थानिक' नसूनही उपलब्ध असते. हे सर्व पाहिले की मुले मोठी झाल्यावर डाएट फॅड्स करणारच नाहीत. मात्र यासाठी तुमच्या घरीपण आहारात अशा गोष्टींना स्थान नसले पाहिजे.

सुट्टी दरम्यान आहार नियोजन

पहिले खाणं : सुका मेवा किंवा फळ

दुसरं खाणं : घरी केलेला कुठचाही पदार्थ/स्थानिक खास पदार्थ/पीनट बटर टोस्ट किंवा अंड जर परदेशात प्रवासाला गेलात.

तिसरं खाणं : सरबत – मुले आपली आपण करून घेऊ शकतील. लेमोनेड जर परदेश प्रवासात असाल.

चौथं खाणं : दुपारचे जेवण – दही-भात/पोळी-भाजी/पास्ता-पीझा (परदेशात असल्यास)

पाचवं खाणं : घरी केलेले लाडू किंवा सुका मेवा किंवा चिकी किंवा ताजे फळ.

सहावं खाणं : घरी केलेला चटपटीत पदार्थ. – कचोरी/सामोसा/चिवडा/चकली/मठरी/सुहाली. प्रवासात असल्यास पेस्ट्री किंवा स्मूदी

सातवं खाणं : रात्रीचे जेवण – आमटी-भात/भाताचा प्रकार/कॉटेज चीज किंवा टोफू आवडत असेल तसे घ्या खिचडी-पापड/क्वचित पाव-भाजी.

आठवं खाणं : हळद-दूध/गुलकंद दूध (रात्री उशिरापर्यंत जागी असल्यास)

सुट्टी म्हणजे मुलांचे उनाड, मजेचे दिवस असतात. सुट्टीत भूक जास्त लागते.

काहीतरी चांगले खाणे जे केव्हाही त्यांना खाता येईल अशी तरतूद करा. सावकाश खाण्याची सवय लावा. खाण्याचा अतिरेक नको. एवढेच खाऊ द्या की २-३ तासात परत भूक लागेल. अति पोट भरलेले असेल किंवा भुकेले असेल अशा दोन्ही वेळेस मूल चिडचिड करते. त्यांना आठ पैकी चार खाण्याच्या वेळा निश्चित करू द्या म्हणजे अशी वेळ येणारच नाही. शाळेत मुले ठराविक वेळेसच खातात. सुट्टीत सुद्धा वेळेचे बंधनं थोडे-फार ठेवावे लागते हे मुले शिकतील.

महत्त्वाच्या सूचना

१) *विमानातून बरेच तास प्रवास असेल तर खाण्याचे नियोजन*

पालक म्हणून विमानात मद्यपान न करण्याचे लक्षात ठेवा. पालकत्व म्हणजे प्रत्येक नि:शुल्क मद्यास नाकारणे. शुद्धीतच प्रवास करा. तुम्हाला वाटत असेल की एखाद् दुसऱ्या ड्रिन्कने आपल्याला काही फरक पडत नाही, तर याच कारणासाठी मी हा मुद्दा प्रथम मांडला.

- तूप-भात-मेतकूट – विमान प्रवासात हे जरूर मुलांना द्या. हे खाऊन त्यांचे समाधान होईल आणि जंक फूडकडे कमी लक्ष जाईल. छोट्या प्रवासातही हे बरोबर ठेवा.
- मुलांना पाणी पिण्यास प्रोत्साहन द्या. त्यांची वॉटर बॉटल त्यांना बरोबर ठेवू द्या. दर ३-३॥ तासांनी त्यांनी लघवीला जायला हवे, अर्थात् झोपेत नसली तर.
- चिकी आणि लाडू बरोबर ठेवा म्हणजे चॉकलेटस्‌पासून लांब राहतील.
- जर लांबचा विमानप्रवास असेल तर तिथे मिळणाऱ्या जंक फूडमधील एकच पदार्थ त्यांनी घ्यावा, हे आधीपासून सांगा. त्याचे चार भाग करून एकच खायला सांगा. जंक फूडपासून मुलांना लांब ठेवण्यासाठी असे नियम आवश्यक आहेत. याचे कारण विमानप्रवासात पचन बिघडते, डिहैड्रेशन होते आणि जंक फूड खाल्ल्याने या समस्या वाढतात. (अगदी विनामूल्य आणि बिझीनेस क्लासमध्ये असलात तरी)
- विमानतळावरचे खाणे विमानात मिळणाऱ्या खाण्यापेक्षा बरे असते. परंतु हॉटेलच्या चेन्स् मधून मिळणारे बर्गर, पाव-भाजी, पिझ्झा, सॅलड हे कृपया खाऊ नका. खरं तर हा मुद्दा आपण काढूनच टाकूया. घरून

अन्नपदार्थ न्या. भात, केळं, सँडविच, उपमा, ठेपले काहीही, प्रवास किती लहान-मोठा आहे त्यावर काय न्यायचे ते ठरवा.

विमानप्रवासातील जंक फूड

आफ्रिकन आणि कोकणी भाषेत एक म्हण आहे – जर तुम्हाला भाताची भूक नसेल, तर तुम्हाला भूकच लागलेली नाही. ही म्हण मी केली आहे असं समजलात तरी चालेल. जेव्हा आपण भारतातच विमान प्रवास करत असाल आणि खाद्यपदार्थ विकत घ्यायचे असतील तर मुलं किती जंक खातात ते पाहा. सुट्टीच्या दिवसात जर प्रवास असेल तर पूर्ण विमानातच MSG (Monosodium Glutamate) चा वास भरून राहिलेला असतो आणि मुले २ ते ८ मिनिटे त्यांचे विष शिजून यायची वाट पहात असतात आणि पालकच असे विष मुलांना देत असतात, नकळत! सॉरी, पण मला तरी असेच वाटते. पॅकेटस् वर कार्टून कॅरॅक्टर्स, IPL दरम्यान दाखविलेल्या जाहिराती हे पाहून मुले भुलणारच. पण पालकांचे काम आहे त्याला ठामपणे नकार देणे. मुलांनी त्यासाठी गोंधळ घातला तरी पक्के राहून त्यांना या पदार्थांपासून दूर ठेवा. सगळे विमानातले लोक तुमच्याकडे विचित्रपणे पाहतील, हरकत नाही, तुमच्या मुलांचे संरक्षण करणे हे तुमचे काम आहे. ॲड कौन्सील मधील माणसे त्यांची विवेकबुद्धी शाबूत ठेवत नसतील, सरकारला मुलांच्या आरोग्याची आणि त्यांना भविष्यात होऊ शकणाऱ्या NCD ची चिंता नसेल पण तुमचं काय? ती तुमची पुढची पिढी, वारस आहे. मुले आरोग्यपूर्ण राहतील, हे पाहणे तुमचे कर्तव्य आहे. मुले वाढत्या वयातील आहेत, त्यांना सांभाळा. आणि आपल्या वसुंधरेचे काय? झगमगती पॅकेटस् उचलायला कोणती फुड कंपनी पुढे येणार आहे? म्हणून मुलांना समजवा. त्यांना मांडीवर घ्या आणि सांगा कितीही रडलात तरी चालेल, तुम्ही माझ्यासाठी खूप मौल्यवान आहात आणि सॉरी, मी तुम्हाला विष नाही घालू शकणार.

२) भारतातील कॉफी शॉप्स्

मुलांची भेटीगाठीची मुख्य ठिकाणे म्हणजे कॉफी शॉप्स् झाली आहेत. दुर्दैवाने मुले तिथे मोठ्यांचे अनुकरण करताना दिसतात. कॉफीत साखर नको पण मोठी

पेस्ट्री मात्र खायची. काही मुले तर स्वीटनरही वापरतात. प्रथम मुलांना सांगा की ज्या कॉफी शॉप्स् मध्ये ती जात आहेत, त्या कॉफी शॉप्स् मध्ये परदेशात तिथली गरीब मुले जातात. उदा. स्टारबक्स् कॉलेजजवळ, रेल्वे स्टेशनजवळ असते, तिथे मुले काहीबाही खायला घेऊन त्यांच्या असाईनमेन्टस् वगैरे पूर्ण करतात. आपल्याकडे तसं नाही, अशा कॉफी-शॉप्स्च्या बाहेर गाड्यांची इतकी गर्दी असते की पार्किंग कठीण असते. ड्रायव्हर मुलासाठी गाडीचे दार उघडतो आणि श्रीमंत मूल शॉपमध्ये जाऊन खाते आणि स्थूल होते. आता आपल्याकडे सगळ्या मोठ्या मोठ्या कॉफी शॉपच्या चेन्स् आल्या आहेत आणि या वातावरणात मुलांना मोठे करणे खूप जिकीरीचे झाले आहे. मुलांना अशा सर्व गोष्टी समजावून द्याव्या लागतात. मॅक डोनाल्ड, बर्गर किंग किंवा इतर कुठच्याही तत्सम जागी खाण्यासाठी अमेरिकेतील गरीब लोक जातात. पण आपल्याकडील मात्र श्रीमंत मुले जातात, इतकेच नव्हे तर वाढदिवसही तिथे साजरे करतात.

मला पूर्ण कल्पना आहे की मुलांना या गोष्टींपासून दूर ठेवणे किती कठीण आहे. परंतु तुम्ही त्यांना शिकवा की ही ठिकाणे म्हणजे शेवटचा पर्याय आहे, तिथे जाणे हे प्रतिष्ठेचे, मोठेपणाचे लक्षण नाही. त्यांना ठाऊक हवे की तिथे जंक फूडच मिळते आणि ते त्यांनी ४-६ जणांमध्ये विभागूनच खावे. चहा-कॉफी वाढत्या वयात पिणे हानिकारक असते. कॉफीत कॅफीन तर चहात टॅनीन असते. दोन्हीमुळे खनिजे शरीरात शोषली जात नाहीत. त्यामुळे हाडे, दात, नखे यांचे आरोग्य चांगले रहात नाही. (झोप नीट येत नाही, खास करून कॅफीनमुळे.)

३) *वाढदिवस साजरे करणे*

एका दोन मुलांची आई असलेल्या आणि तिसऱ्यांदा आई होण्याच्या मार्गावर असलेल्या माझ्या क्लाएन्टने मला सांगितले, 'ए, प्लीज वाढदिवसाबद्दल लिही बरं का पुस्तकात. तिला एक मुलगा आणि एक मुलगी आहे म्हणजे तिने मुलासाठी प्रयत्न केलेला नाही, असेच सांगते. माझे अनेक क्लाएन्टस् 'फीट' होतात आणि अकल्पितपणे, प्रेग्नंट राहतात. त्यापैकीच ही एक. 'पिझ्झा, बर्गर चेन्स् मध्ये वाढदिवस नक्की करू नका.' मी हे नेहमीच सांगते. अग तरी तू लिही. कारण मुले वर्षाला किमान पन्नास वाढदिवसांना जातात.

'पन्नास? बाप रे? खरंच?' 'अग हो, ओळखी-पाळखीत, वर्गातली मुले, क्लासमधली मुले, सोसायटीतील मुले सहज पन्नास-एक होतात.'

मग मात्र मी गंभीरपणे विचार करू लागले. म्हणजे वर्षाचे ३६५ दिवस, त्यात ५० वाढदिवस, घरी अधेमधे रात्रीच्या जेवणात व्हरायटी, दोन आठवडे सुट्टीसाठी बाहेर, कधी आई-बाबांसोबत बाहेर जेवण म्हणजे ही मुले घरचे जेवण (रात्रीचे) नेमके किती दिवस घेत असतील? पुढे जाऊन त्यांना NCD, ॲलर्जीज, डी व्हीटॅमीनची कमतरता होईल नाही तर काय? एकूण फारच उदासवाणे चित्र आहे. तरी पेस्ट्री/केक अधूनमधून विकत घेतात ते मी धरले नाही.

असो. आपण वाढदिवस कसा साजरा करायला हवा? महत्त्वाचे आपण कुठच्या प्रदेशातले आहोत त्याचा विचार करायला हवा.

आता चांगल्या रितीने वाढदिवस कसा साजरा करता येईल ते पाहू.

- मित्रमैत्रिणींना घरी बोलवा किंवा एखाद्या बागेत किंवा एखाद्या जंगलात (मुंबईत बोरिवली नॅशनल पार्क). पार्टी हॉल, रेस्टॉरंट किंवा मॉलच्या प्ले एरियामध्ये करू नका.
- तीनपेक्षा जास्त पदार्थ ठेवू नका. एक पदार्थ – गरम ताजा तळलेला, एक मुलांचा आवडता गोड पदार्थ आणि एक परिपूर्ण पदार्थ. पुढे काही उदाहरणे देते.

  – सामोसा-जिबली-पोहे

  – वेफर्स-केक-पुलाव

  – साबुदाणा वडा - शिरा / शेवई उपमा

  – भजी - श्रीखंड - बटाटा भाजी-पुरी.

  – कचोरी - गाजर हलवा - बिर्याणी

  – पाव-भाजी - मलई सॅन्डविच

  – सुरळीच्या वड्या - खीर - खिचडी

  – बटाटा-वडा - दुधी हलवा - उपमा

  वरीलपैकी कोणतेही एक त्रिकूट घेणे.
- तुम्ही इतरही पर्यायांचा वापर करू शकता. सांगायचा मुद्दा खंडीभर पदार्थ नकोत.
- मुलांना कळेल की भरपूर पैसा असणे याचा अर्थ असा नाही की खूप पदार्थ ठेवायचे. उलट चांगल्या प्रतीचे पदार्थ (ताजे, स्थानिक) ठेवायचे. फुकट घालवायचे नाही.
- काय ठेवू नये.

बर्गर, चीप्स् ज्यांनी खूप दिवस कोल्ड स्टोअरेजमध्ये काढले आहेत. रेडी टु फ्राय पॅटीस, फ्रेंच फ्राईज इ. पदार्थ पूर्ण वर्ज्य करायचे.

- मर्यादित किंवा खरं तर पूर्णपणे वापरू नका. – प्लॅस्टिक कटलरी, बाटल्या, फॉईल्स, टीश्यू पेपर्स. आपण मुलांसाठी निरोगी दीर्घायुष्य चिंतितो आणि म्हणून मुलांना आयुष्य चांगले जाण्यासाठी वसुंधरेचे रक्षण हे आपले कर्तव्य ठरते.
- थोडी मोठी मुले स्वत: भाकऱ्या वगैरे करून गोंधळ घालू द्यात.
- पार्टी जर समुद्रावर, बागेत इ. ठिकाणी असेल तर केळीची पाने/द्रोण इ. वापरा. आपण जाणीवपूर्वक असे प्रयत्न करायला हवेत. कारण स्थानिक बाजारात या गोष्टी उपलब्ध आहेत.
- आणखी काही कल्पना सुचवू? तीन-चार मुलांचे वाढदिवस एकत्रितपणे साजरे करा. शक्यतो ही मुले वेगळ्या स्तरातली असावीत. काही मुलगे, काही मुली असाही ग्रुप करावा. यामुळे ५० च्या ऐवजी १५ च वाढदिवस होतील आणि मजा दुपटीने येईल. सबका साथ, सबका विकास, बरोबर?

ज्या पार्टीत प्रदूषण निर्माण होणार नाही, काही फुकट जाणार नाही ती पार्टी चांगली समजायची. तसेच मर्यादित अन्नपदार्थ असतील आणि देखावा करणे हे ध्येय नसेल ती पार्टी चांगली समजावी. आता पालक आळशी होत आहेत म्हणून कार्टून कॅरेक्टर किंवा मुव्ही आयकॉन थीम पार्टी केली जाते. जमीन, पाणी, जंगले यावर गरीब-श्रीमंत सर्वांची सामायिक मालकी आहे म्हणून या सर्वांचा मान राखूनच वाढदिवस साजरे व्हावेत. तुम्ही वर्गातील पहिला नंबर येणाऱ्या मुलाची आई असाल, एखादा उत्तम बिझीनेस असेल किंवा एखाद्या नामांकित कंपनीचे CEO असाल तर तुम्ही जरूर असे करा. कारण तुमचे अनुकरण इतर पालकही करतील.

४) खेळ

तुमचे मूल एखाद्या खेळामध्ये आहे, त्या मुलाची काही विशेष गरज आहे का? प्रोटीन? तुमचे मूल जर खरे खेळाडू असेल तर त्याच्या खाण्यापिण्यापेक्षा त्याला किती जबरदस्त खेळायची आवड आहे हे खूप महत्त्वाचे असते. आपल्या कल्पनेपलीकडे काही मुलांना खेळाचे वेड असते. तुम्ही मुलाला अनारक्षित रेल्वे

डब्यातून पाठवा किंवा एमिरेट्सच्या फ्लाईटने पाठवा. त्याचा खेळातला 'परफॉर्मन्स' सारखाच असेल. त्याला या गोष्टींनी कुठचाही फरक पडणार नाही.

नुकत्याच पार पडलेल्या एशियन गेम्स् मध्ये सर्व पदकांचे मानकरी साधा डाळ-भात खाणारी मुले-मुली होती. आता पदके मिळाली म्हणून त्यांना सर्व ब्रॅन्डेड वस्तू मिळतात. आणि ह्यात गैर काहीच नाहीए. त्यांना त्या वस्तूंच्या जाहिरातींमधून पैसा मिळतो हे पण चांगले आहे. समस्या अशी आहे की लोकांना वाटते की हे बूट घातले, म्हणून चांगला धावला किंवा धावली. अमुक तमुक खाल्ल्यामुळे सिक्सर मारली इ.

अनेक वेळा पालकांना, खास करून आयांना, असे वाटते की मुलांना पुरेशी प्रोटीन्स् मिळत नाहीत आणि प्रोटीन्सच्या अभावी मुले खेळामध्ये यशस्वी होणार नाहीत. पण ही चिंता फक्त न्युट्रीशनीझम मुळे उत्पन्न होते. 'न्युट्रीशनीझम' आणि 'न्युट्रीशन ट्रान्झीशन' मुळे आपल्याला असे वाटते की प्रोटीन्स् फक्त अंडी, मांस किंवा प्रोटीन शेक्स् मधून मिळतात. आपण जितका या दिशेने विचार करतो तितका आपला आहार मर्यादित होतो. म्हणजे मी शाकाहारी आहे, तर मला प्रोटीन्स डाळ, चीज किंवा पनीरमधून मिळेल. मी 'व्हीगन डाएट' करतेय तर मला किनोवा अथवा सोया खावे लागेल. मर्यादित आहार हा आरोग्यदायी आहाराच्या विरुद्ध आहे. आरोग्यदायी आहार हा वैविध्यपूर्ण असून त्यात स्थानिक, पोषक द्रव्यांनी भरलेले, चविष्ट पदार्थ येतात जे 'गट बॅक्टेरिया'चे प्रकार वाढवितात.

प्रोटीन्स् च्या स्त्रोतांचा विचार केल्यास लक्षात येईल की, आपल्याला ते रोजच्या आहारात मिळतच असतात. 'मसल प्रोटीन सिन्थेसिस' हे खेळताना देण्यात येणाऱ्या कठोर प्रशिक्षणामुळे वाढीस लागते. ॲथलेट तर यासाठी कायम तयार असतात. आहाराच्या बाबतीत पुढील मुद्दे ध्यानात घ्या.

- शरीरातील पाणी कमी होऊ देऊ नका. चॉकलेटस्, कॅफीन, एनर्जी ड्रीन्क्स् यामुळे 'डिहैड्रेशन' (शरीरातील पाणी कमी) होते.
- वैविध्यपूर्ण आहार घ्या जो तुमच्या परंपरेला अनुसरून असेल.
- प्रशिक्षणानंतर वीस मिनिटांच्या आत खाऊन घ्या.
- ६० मिनिटांपेक्षा जास्त प्रशिक्षण असेल तर मधून मधून पाणी/लिंबू सरबत घ्या.
- पॅकेज्ड्, प्रक्रिया केलेले पदार्थ खाऊ नका. रात्री उशीरा जेवू नका.

प्रोटीन, कीटक आणि शाश्वत जीवनशैली

जर तुमच्या आहारात परंपरेने मासे, मटण इ. चा समावेश असेल, तर ते खा आणि जसे तुमची आजी काही बंधने घालून खायला सांगे, तसेच खा. काही दिवस मांसाहार वर्ज्य असे. काही पदार्थ तळून तर काही आमटीच्या स्वरूपात, तर काही भाजून खाण्याची रीत असते. हे पदार्थ भाकरी/भातासोबत खाल्ले जातात. यामध्ये विज्ञान, शाश्वततेची हमी असा विचार आहे. बाकी सर्व आहारातील नावीन्य म्हणजे फुड इन्डस्ट्रीचे भले करणे आहे. हवामान बदल असे होत आहेत की युरोपला २०५० पर्यंत त्यांचा मांसाहार अर्ध्यावर आणावा लागेल. माणसाची हाव इतकी वाढली आहे. खास करून प्रोटीन आणि ओमेगा-३-फॅटी ॲसिडची, की समुद्रातील जैविक पर्यावरण धोक्यात आहे. 'किडे प्रोटीन्ससाठी खावे लागतील' अशी चर्चा २०१४ च्या न्युट्रीशन कॉन्फरन्समध्ये झाली होती. भारतातील काही आदिवासी किडे खातात, पण तीच त्यांची परंपरा आहे. ते प्रोटीन्ससाठी खात नाहीत. जेव्हा या किड्यांची पैदास माणसाला खाण्यासाठी म्हणून केली जाईल ते परत शाश्वत स्वरूपात नसेल. हे फार, दुष्टपणाचे सुद्धा होईल. आपण आपली खाद्यपरंपरा जोपासली, तर आपण जसे शेतातून पिकते त्यानुसारच खाऊ आणि हे आपल्या भविष्यासाठी उत्तम आणि आरोग्यदायी ठरेल.

सगळ्यात महत्त्वाचे म्हणजे मुलांना व्यवस्थित झोप मिळायला हवी. असेही प्रौढ व्यक्तींपेक्षा मुलांना झोपेची आवश्यकता अधिक असते. कारण झोपेतच पेशींची वाढ, दुरुस्ती इ. कामे होतात. मूल खेळाडू असेल तर झोपेची गरज जास्तच असते, कधी कधी ११-१२ तास सुद्धा किंवा त्याहून अधिक असते. म्हणून मुलांसाठी झोपायला स्वतंत्र व्यवस्था करा आणि त्यांना झोपेची जास्त गरज असल्याचे लक्षात असू द्या. प्रशिक्षणानंतरही एखादी डुलकी काढली तरी चालेल. तुम्ही कधी Sports Authority of India ला भेट दिलीत तर पाहाल की जेव्हा प्रशिक्षण चालू नसते तेव्हा मुले झोपून असतात किंवा लोळत पडलेली असतात. तुम्हाला वाटेल की मुले आळशीपणा करत आहेत पण तसे नसते.

आणखी महत्त्वाची गोष्ट म्हणजे ॲथलीट असणे आणि फिट असणे यात फरक आहे. ॲथलीट मूल एका विशिष्ट खेळात प्रावीण्य मिळवते. बऱ्याच

दुखापतींचे कारण सर्वांगीण दृष्ट्या 'फिट' नसल्यामध्ये दडलेले आहे. कदाचित कंबर लवचिक नसते आणि मग तिथला स्नायू खेचला जातो. म्हणून, त्यांना सर्वांगीण सुदृढता वाढविण्यास प्रोत्साहन द्या. फक्त मेडल्स मिळवण्यावर लक्ष केंद्रित न करता खेळातला आनंद लुटू द्या. मेडल मिळाले, नाही मिळाले तरी फरक पडत नाही. खेळात मजा आली पाहिजे. त्यांना पैसा मिळविण्यासाठी काय करायचेय हे अजून ठरायचे असल्यामुळे त्यांचे लहानपण त्यांना उपभोगू द्या. तुम्ही तुमची प्रतिष्ठा वाढविण्यासाठी त्याचा उपयोग करत असाल, तर तुम्ही तुमच्या मुलांना बालमजुरांचा (Child Labour) दर्जा देण्यासारखे आहे.

मला जेव्हा ६-१३ वयोगटातल्या खेळाडू मुलाच्या आई-वडिलांचा मेल येतो तेव्हा मी त्यांना पुढीलप्रमाणे सल्ला देते.

i) त्यांना जास्त वेळ झोपू द्या.

ii) त्यांच्या 'ट्रेनिंग'ला कुठच्याही इतर गोष्टींहून जास्त अग्रक्रम मिळायला हवा.

iii) आठवड्यातून एक दिवस जिमला न्या व त्यांच्या खेळाला अनुकूल असे ट्रेनिंग द्या.

iv) त्यांनी काही योगासने करावीच – सुप्तपादागुष्टासन - १, २, ३ अय्यंगार पद्धती, ही ट्रेनिंगपूर्वी व नंतर करावीत. रोज ५ सूर्यनमस्कार घालावेच.

v) त्यांच्या प्रगतीविषयक पोस्टस् कुटुंबाच्या व्हॉटस् अप ग्रुपवर, तीन महिन्यातून एकदा तर सोशल मिडियावर वर्षातून एकदाच घालावी.

मुलांना असा कुठचाही देखावा नको असतो. ती खूप इनोसन्ट असतात. असो. मला मेल मुख्यत्वे आहार विचारण्यासाठी करतात. आता तिकडे वळू या.

खेळाडू मुलांसाठी आहार नियोजन :

i) उठल्यावर – नट + ड्राय फ्रुटस् + तूप. उदा. बदाम + खजूर + तूप (कितीही बदाम, खजूर खाऊ देत.) किंवा मूठभर सुक्या मेव्याचे मिश्रण.

ii) नाचणी खीर किंवा कुठचाही घरी केलेला ताजा गरम नाश्ता (पाव, सॉस, रेडिमेड जाम, बटर नाही, १ चमचा घरचे लोणी द्या.)

iii) अधे मधे – नारळ पाणी/कोकम सरबत/घरी केलेले अन्य कुठचेही सरबत.

iv) ट्रेनिंगपूर्वी किंवा ट्रेनिंग दरम्यान् - ताजे स्थानिक फळ/केळे/खजूर/ लिंबू पाणी.

v) ट्रेनिंग नंतर लगेच – राजगिरा चिक्की (त्यात गूळ असण्याची खात्री करा, ग्लुकोज सिरप किंवा स्टिव्हिआ नको) किंवा घरी केलेला लाडू. यानंतर जशी वेळ असेल त्यानुसार सकाळचे/रात्रीचे जेवण किंवा नाश्ता घ्या.

vi) डाळ-भात/उसळ-भात/पोळी-भाजी इ. डाळ असेल तर थोडा वेळ भिजवून ठेवा. कडधान्य असल्यास मोड काढा.

vii) तळपायांना तूप/कोकम तेल/तीळ तेल लावून घासा. त्यांना निवांत झोप येईल. (सर्वच मुलांना हे लागू आहे.)

viii) जर मांसाहारी असाल, तर तुमच्या परंपरेनुसार तो घ्या. ऑलिम्पिक असोसिएशन पण आता रोज मांसाहार घेण्यास मज्जाव करते.

ix) त्याच खेळातील दुसऱ्या एखाद्या खेळाडूच्या आहाराची कॉपी करू नका. तुमच्या मुलाचे वेगळे व्यक्तिमत्त्व आहे, त्याला त्याच्या गतीने वाढू द्या. न जाणो, तो इतर सगळ्यांना मागे टाकून सरशी मिळवेल.

x) एखाद्या विशिष्ट पोषक द्रव्यासाठी आहारात बदल करू नका.

xi) आणि हो, आहारात विविधता आणणे हे अत्यंत आवश्यक आहे. ऋतूनुसार फळे, भाज्या, धान्य हे सर्व बदल मुलांना त्या त्या ऋतूत मिळणाऱ्या पदार्थांचे विविध पदार्थ, उदा. हलवा, लोणची इ. ची चव चाखू द्या. डोंगरी, आपोआप उगवणाऱ्या भाज्या ज्या फक्त आठवडाभर, फार तर पंधरा दिवसच मिळतात, त्या मुलांना जरूर खाऊ घाला.

लक्षात असू द्या की खेळाडू मुलांची भूक अधिक असते. त्यामुळे मुले किती खात आहेत त्यावर मर्यादा आणू नका. फक्त त्यांना सावकाश खायला सांगा आणि कुठचेही प्रक्रिया केलेले पॅकेटबंद पदार्थ खायला मनाई करा.

लक्षात ठेवा :

i) काही उपयुक्त भाज्या – कच्ची केळी, सुरण, केळफूल, अंबाडी, कच्चा फणस.

ii) उपयुक्त फळे – काजूचे फळ, आवळा, केळे, करवंद, बोर, आंबा, फणस, सीताफळ, चिकू.

iii) सप्लिमेन्टस् फायदेशीर ठरतात का? हो आणि नाही. योग्य ट्रेनिंग, खेळाची आवड, निवांत झोप, व्यवस्थित आहार हे सर्व असले तर सप्लिमेन्टस् चा उपयोग होतो.

सप्लिमेन्टस् कशा घ्याव्यात त्याबद्दल मार्गदर्शन.

— बी कॉम्प्लेक्स + बी-१२ – ट्रेनिंगपूर्वी किंवा ब्रेकफास्ट बरोबर.

— कॅल्शियम सायट्रेट – झोपताना

— व्हिटॅमिन सी आणि मल्टीव्हिटॅमिन — ट्रेनिंग नंतर

— आयर्न सप्लिमेन्टस्, सीरपच्या स्वरूपात (शरीरात सहज शोषले जाते) बी कॉम्प्लेक्सबरोबर (आठवड्यातून एकदा)

— व्हिटॅमिन डी, १०-३०के आययु दर महिन्याला.

— गुलकंद (उन्हाळ्यात) किंवा च्यवनप्राश (थंडीत) नुसताच किंवा दुधाबरोबर. दिवसातून एकदा कधीही.

प्रोटीन पावडर्स

बोर्नव्हीटा, कॉम्प्लान, हॉर्लिक्स्, बुस्ट, प्रोटिनेक्स (काही विसरले असल्यास क्षमस्व) — तुम्हाला गरज आहे? अजिबात नाही. त्यांना गरज आहे? हो, नक्कीच. त्यांच्यामुळेच खेळात प्रगती होते असा देखावा त्यांना करावा लागतो. आई स्टेडियममध्ये मुलाचा खेळ बघत बसली आहे, तिला मुलाच्या खेळाबद्दल ताण आलाय, आणि मग ही पावडर जादू करते. तिचा ताण घालवून मुलाला 'मेडल' मिळते. आपण हे खूप वेळा पाहिले आहे. तुम्ही पावडरच्या बाटलीवरचे लेबल वाचलेत तर कळेल की त्यात प्रोटीनपेक्षा तिपटीने जास्त साखर आहे. अधिक GRAS (Generally regarded as safe) प्रिझर्वेटीव्हज्, इमल्सीफायर असणारच आहेत. आपण हे सर्व दृष्टीआड करता कामा नये. आपल्या मानसिकतेचा या कंपन्या फायदा उठवत आहेत. म्हणून सांगते, तुमच्या घरात खेळाडू असेल, तर त्याला यशस्वी झाल्यावर हव्या तर जाहिराती करू द्या. त्याला खायला मात्र त्या पावडर्स देऊ नका.

महत्त्वाचे काही : क्रीडाक्षेत्रात मुलांचे आणि मुलींचे महत्त्व

स्मृती मंधाना ही खूप यशस्वी, उत्तम क्रिकेटीयर आहे. सिक्सर्स, जलद धावा इ. अनेक गोष्टींचा तिने विक्रम केला आहे ती शुद्ध शाकाहारी आहे. तिच्या

आहाराची मात्र कधीही बातमी झाली नाही. विराट कोहली मात्र 'व्हीगन' झाला आणि ही बातमी वर्तमानपत्रांच्या पहिल्या पानावर झळकली. आधी तो पक्का मांसाहारी होता आणि मी अनेक शाकाहारी लोक स्वत:वर बळजबरी करत मांसाहारी होताना किंवा किमान अंडी खाण्याचा अट्टाहास करताना पाहिले आहे. मग विराटच्या 'व्हीगन' होण्याचे काय स्पष्टीकरण द्यायचे?

सर्वप्रथम आपण एक लक्षात घेऊ की स्मृती मंधाना असो किंवा विराट कोहली असो, ती पण माणसेच आहेत. त्यांच्या कामात त्यांनी प्रचंड प्रगती केली आहे. पण ती माणसे शेवटी तुमच्या माझ्यासारखीच आहेत. त्यांच्या आयुष्यातील काही गोष्टींचा परिणाम त्यांच्या आहार निवडीवर होत असेल. तिकडे आपण कशासाठी लक्ष द्यायचे? ते खेळतात तेव्हा आपण टाळ्या वाजवाव्यात.

आणि मनोमन जाणावे की विराट कोहली व्हीगन होऊन कर्तृत्व गाजवतोय, पण दुसऱ्या बाजूला स्मृती मंधाना पारंपारिक आहार न सोडताही तेवढेच कर्तव्य गाजवतेय.

५) परदेशस्थित मुले (NRI Kids)

स्पष्ट शब्दात सांगायचे तर 'ग्रीन कार्ड' आणि 'सिटीझनशीप' साठी तुम्हाला आपल्या पारंपारिक आहाराचे बलिदान द्यावे लागते. मात्र तुम्ही काही मूलभूत गोष्टी अंगीकारल्यात, तर चांगल्या प्रकारे निभावून नेऊ शकता. माझ्या एका क्लाएन्टची न्यूयॉर्कला पीआर एजन्सी आहे. दिसायला तरतरीत आहे. मात्र सुदृढता नाही. तिच्या म्हणण्यानुसार याचे मूळ ती अमेरिकेला स्थलांतरित झाली त्यात दडले आहे. ती सहावी-सातवीत होती. तिची आई तिला डब्यात पोहे, गाठिया, डोसा असे पदार्थ द्यायची. इतर मुले तिची थट्टा करत. इतर मुले जे खात, ते ती खाऊ शकत नसे, शेवटी ती गुजरातमधल्या एका खेड्यातून तिथे गेली होती. त्यामुळे शाळेतील बरीच वर्षे तिने न खाताच काढली. तो काळ १९८० चा होता. आता २०१८, दिवस बदललेत.

तुमचे मूल हळद-दूध प्यायला घरी न शिकता कॅफेत शिकण्याची शक्यता जास्त आहे. योगासनांबद्दलही कदाचित घरून माहिती मिळणार नाही, युनिव्हर्सिटीतून मिळेल. घरी त्याला चहा करता येणार नाही. पण स्टारबक्स् मध्ये चहा पिईल. आता असं होतेय की, पाश्चिमात्त्य लोक आपल्या आजीच्या स्वयंपाकघरातील पदार्थ त्यांच्या स्वयंपाकात, हॉटेल्स मध्ये इतकेच नव्हे तर मुलांच्या मिल्क

फॉर्म्युलामध्ये वापरत आहेत. NRI मात्र मध्येच अडकले आहेत. तुम्ही आफ्रिकेत असाल तर तिथली खाद्यसंस्कृती — (उगाली - गिथेरी - सुकुमावीकी) — तुम्हाला जवळची वाटेल. मात्र US, UK आणि ऑस्ट्रेलियाला अशी खाद्य संस्कृती नाही. माझी एक अमेरिकेतील मैत्रिण म्हणते. 'माझी आजी, 'जनरल मील्स'चे सिरीअल खात असे, मग माझ्या आजीचे मी अनुकरण करू का?'

खरं तर 'एन् आर् आय्' मुलांनी दोन्हीकडचे चांगले ते घ्यावे कसे ते बघा —

i) डाळी, कडधान्ये, धान्ये, मसाले, शिजवण्याच्या पद्धती हे सर्व आपल्या मूळ स्थानाचे असावे.

ii) फळे, भाज्या, दुध-दुभते मात्र स्थानिक प्रदेशातील वापरावे.

iii) दिवसातून एकदा मुलांना भारतीय जेवण घेण्याचा आग्रह धरावा. त्यांना ते खूप आवडेल असे नाही. याचे कारण म्हणजे त्यांना भारताबद्दल आत्मीयता नाही असे नसून सर्वच देशातील लहान मुलांना घरी केलेल्या खाण्याचा कंटाळा असतो. मात्र एकदा तरी दिवसातून त्यांनी भारतीय पदार्थ खावे नाहीतर त्यांच्या जिभेला केवळ प्रक्रिया केलेले पदार्थ खाण्याची चटक लागेल. त्यांच्या 'गट बॅक्टेरिया'चे आरोग्य अबाधित ठेवण्यासाठी हे गरजेचे आहे.

मुलांना परदेशी पाठवणे.

'मी त्याला आता लंडनला पाठवतेय.' माझी एकवीस वर्षे वयाच्या मुलाची आई असलेली क्लाएन्ट म्हणाली. त्याने आत्मनिर्भर व्हावे यासाठी तिने हा निर्णय घेतला होता. आजकाल हे सर्रास होतेय. १६ ते २०-२२ वयोगटातील मुले शिकण्यासाठी परदेशात जातात. आई-वडील त्यांना सोडायला जातात, त्यांच्यासाठी अपार्टमेन्टची सोय करतात, त्यांच्या खाण्यापिण्याची सोय लावतात, हवा तसा पैसा देतात. त्यांच्याबरोबर पंधरा-वीस दिवस राहतात. घरी आले की दिवसातून दोनदा वीस-वीस मिनिटे फेस टाईम करतात. 'अशाने तो कसा आत्मनिर्भर होईल!' मी विचारते. 'अग ऋजुता, तिथे ड्राईव्हर नसेल, चालत जाऊन आपले स्वतःचे शॉपिंग करेल.' मी चक्रावतेच. एकवीस वर्षाचा मुलगा चालत शॉपिंग करतो हे 'हार्ड वर्क?' शाळेत असतानाच मुलांना आत्मनिर्भर होण्यास शिकवायला हवे. त्यासाठी परदेश कशाला? परदेशी गेल्यामुळे

त्यांच्या आहाराची, गट बॅक्टेरिया आणि एकूण तब्येतीची हेळसांड होते. मुलांना ग्रॅज्युएट होईपर्यंत घरीच ठेवावे. वर्षातून चार वेळा सुट्टी घेऊन बाहेर जावे-यावे. इथे राहूनच मुले आत्मनिर्भर होतील. पैसा फेकून आत्मनिर्भरता येत नाही. तुमच्या छत्रछायेखाली त्यांना आत्मनिर्भर बनवा. त्यातून शांती मिळेल आणि सर्वांनाच सुख मिळेल. आपली संस्कृती हेच तर म्हणते – सर्वत्र सुखिनः सन्तु.

६) *खाण्यापिण्याच्या कटकटी*

२०१८-१९ सालात तुम्ही मुलांना वाढवत आहात. त्यांनी त्रास न देता खाल्ले तरच नवल. त्यांच्या अवती-भोवती असंख्य पर्याय आहेत आणि असे लोक आहेत की जे अन्नाला पोषक द्रव्यांच्या नावाने ओळखतात. जसे आपण माणसाला नावाने हाक मारतो तसे अन्नपदार्थांना सुद्धा नावाने ओळखायला हवे. 'अन्नम् न निंदयेत्' अन्नाला कधीही नावे ठेवू नयेत.

असो. खाण्याची कटकट करणाऱ्या मुलांना कसे वठणीवर आणाल? खरं म्हणजे तुम्ही स्वतःच काही मूलभूत नियम पाळायला हवेत. उदा. मुले खाताना तुम्ही नीट निरीक्षण करावे. काही मुलांना फक्त प्रक्रिया केलेले पदार्थच आवडतात. त्यांना घरी केलेले पदार्थ आवडत नाहीत. मध्यंतरी आमच्या शेतावर 'सोनावे कम्युनिटी फार्मिंग प्रोजेक्ट'साठी एक मुलगा आला होता. ११ वाजता आम्ही लोकांना भात जेवायला दिला. मुलाला तो खायचा नव्हता. मुलाच्या बाबाने त्याला समजविण्याचा प्रयत्न केला, शेवटी धाक घातला, 'मी रस्त्यात कुठेही गाडी थांबविणार नाही' मुलाला डेकॅथलॉनला जायचे होते. त्याला जोडून मॅक्डोनाल्ड आहे. मी शक्कल लढविली व म्हटले, 'भात बरोबर न्या, भूक लागली की तोच खायचा. काय होते की मुले आई-बाबांना प्लीज, प्लीज करून विनवतात. आई-वडिलांचे हृदय द्रवते आणि मुलांना हवे ते मिळते. मॅक्डोनाल्डचे 'हॅपी मील' मिळते. पण कंपनीशिवाय दुसरे कोणी आनंदी होत नाही. निरोगी तर राहतच नाही. 'जंक फुड इन्डस्ट्री'ने मुलांची नस अचूक पकडली आहे. आई-बापांनी आपल्या निर्णयावर ठाम राहिले पाहिजे. मुलांना कळत नाही, आपल्याला कळायला हवे.

आप्पा, माझे आजोबा, असेच करत.

१) जेवणात दुसरा कुठचाही पर्याय न देणे.

२) मुलांनी भूक नसल्याचे सांगितल्यास जेव्हा नंतर भूक लागेल, तेव्हा तेच मिळेल असे ठामपणे सांगणे.

मला जेवताना वेफर्स खावेसे वाटले तर आप्पा म्हणत 'भाकरी ताजी हो अथवा शिळी, देई देई भुकेच्या वेळी' असा एक अभंग आहे. त्यांच्या मुखोद्गत असलेल्या गाण्यामधून हवा तो उपदेश करण्याची हातोटी त्यांच्याकडे होती.

i) या अभंगातून त्यांनी मला शिकविले.

ii) तुझ्या मनातले मी ओळखलेय.
जेवताना मला भाकरीच (किंवा जे काही घरी बनविले आहे तेच) मिळेल.

iii) साध्या गोष्टींमधून आनंद घ्यायला शिक म्हणजे आयुष्य सुखाचे होईल.

iv) ताटात येणारे अन्न म्हणजे प्रसाद आहे. त्याचा आदर कर.

v) सगळ्यांबरोबर जेवायला शिक.

vi) तू पहिलीच मुलगी नाहीस की जिला मी मोठी करतोय.

बरेचदा आपल्याला स्वतःबद्दल खात्री नसते. तुम्ही मुलाच्या भल्यासाठी शिस्त लावत आहात, हे पक्के लक्षात ठेवलेत तर तुम्हीही वरील अभंग म्हणू शकाल. मला खात्री आहे असाच अभंग इतरही संतांनी लिहिला असेल आणि हो, तुम्ही बेसूर असलात तरी म्हणा — मुले त्यांच्या कानावर अत्याचार नको म्हणून तरी खातील.

•

भाग २क

आरोग्य समस्या / NCDS

१) लठ्ठ मुले/बारकुडी मुले

या दोन्ही गोष्टींकडे एकत्रितपणे बघायला हवे. कारण असे बघणेच उचित आहे. सर्वप्रथम तुमच्या मुलाचे वजन, आकार हा इतरांचा प्रश्न नाही, खरं तर तुमचाही नाही. जर मूल दिवसभर ॲक्टीव्ह असेल, शाळेत जायला उत्सुक असेल, गॅजेटस् न वापरता जेवत-खात असेल, वेळेवर झोपत असेल तर मुलाचे वजन, आकार या गोष्टींना महत्त्व देण्याची गरज नाही.

परंतु पालकांना, इतकेच नव्हे तर शेजाऱ्यापाजाऱ्यांना सुद्धा निरोगी आणि रोगट मुलांना सहज ओळखता येते.

म्हणून आरोग्याच्या खऱ्या निकषांवर लक्ष केंद्रित करा. मूल सर्वसाधारणपणे आनंदी आहे, अधे-मधे आरडा-ओरडा करते पण त्याचवेळेस हसते, सर्व गोष्टी करण्याचा उत्साह आहे; पण एक-दोन गोष्टींमध्ये विशेष स्वारस्य आहे तर काळजी नको. वजनाची चिंता करू नका; पण मूल सतत दु:खी-कष्टी रहात असेल, निरुत्साही असेल, ऊर्जा नसेल तर मात्र काळजी करा. सर्वप्रथम निरीक्षण करा आणि आहार, व्यायाम, झोप, प्रक्रिया केलेल्या अन्नपदार्थांवर बंदी इ. गोष्टी व्यवस्थित होत आहेत हे पाहा. व्यावसायिकांची मदत जरूर घ्या. पण त्यांना वजन कमी करण्याच्या/वाढण्याच्या विशिष्ट आहारावर ठेवू नका.

मुले लठ्ठ-बारीक कशीही असोत, त्यांच्या हाडाची घनता चांगली हवी, स्नायू मजबूत हवेत आणि 'फॅट'चे प्रमाण कमी असावे. पुस्तकात दिलेले नियम पाळले तर हे सहजसाध्य होईल. लठ्ठ-बारीक कशीही असली तरी मुलांनी खेळायला हवे, नीट जेवायला हवे. झोपायला हवे आणि स्वच्छतेचे पालन करावे. इतके केले तरी पुरेसे आहे. मुलांवर कधीही 'किती सुकडी आहे, काय बरणी झालेय, काय फुगलाय' असे ताशेरे मारू नयेत.

महत्त्वाचे काही – (मेटॅबॉलिक हेल्थ) योग्य चयापचय

मुलांची चयापचय प्रक्रिया चांगली असणे हे खूप महत्त्वाचे आहे. म्हणूनच वैज्ञानिकांनी दोन संज्ञा प्रचलित केल्या आहेत. १) 'FOTI' : Fat Outside, Thin Inside (दिसायला स्थूल, आतून बारीक) 'TOFI' Thin Outside Fat Inside दिसायला बारीक, आतून लठ्ठ

वजनाला महत्त्व न देता चयापचय नीट असण्याकडे लक्ष असायला हवे हे या दोन संज्ञांमधून सूचित होते, आता चयापचय नीट चालू असल्याचे निकष कोणते ते पाहू.

i) चांगली झोप – रोज ठराविक वेळेस झोपणे – रात्रभर सलग निवांत झोप येणे. सुट्टीच्या वारी किंवा शनिवारी, रविवारी जास्त झोपा काढणे. (एखादा तास जास्तीची झोप घेणे ठीक आहे.)

ii) दिवसभर भरपूर ऊर्जा असणे – शाळेतून आल्याबरोबर खेळायला जाण्यास उत्सुक असणे. आळसावल्यासारखे न वाटणे. चहा-कॉफीसारखी उत्तेजक पेये घेण्याची गरज न भासणे.

iii) सहज पचन/उत्सर्जन – साधारण ठराविक वेळेस शौचास जाणे व त्यासाठी जास्त वेळ न लागणे. वारंवार पोटफुगी, ॲसिडिटी, पोट बिघडणे यासारख्या तक्रारी नसणे.

iv) चांगली प्रतिकारशक्ती – वरचेवर आजारी न पडणे, खास करून ऋतू बदलताना. तसेच वर्गात कोणी आजारी पडले तर लगेच संसर्ग न होणे. सुट्टीत बाहेरगावी गेल्यास तिथल्या हवामान बदलाशी जुळवून घेण्याची क्षमता असणे.

v) मुलींच्या बाबतीत पाळीच्या आधी किंवा पाळीदरम्यान होणारा त्रास – पाळी सहज, विनातक्रार पार पडणे. पाळीच्या वेळेस चिडचिडेपणा नसणे.

मूल पौगंडावस्थेतून जातं तेव्हा पोट थोडं मोठं दिसतं. मुलगा व मुलगी दोघांच्याही बाबतीत असं होतं. याचं कारण शरीरातील DHEA हे हार्मोन इस्ट्रोजनमध्ये (मुलींच्यात) आणि टेस्टोस्टेरोनमध्ये (मुलांच्यात) रूपांतरित होत असते. ही संक्रमणावस्था असते, हे लक्षात घ्या, त्याचा बाऊ करू नका. या कालात शरीर संरचनेत बदल घडून येतात आणि म्हणूनच या काळात मूलभूत गोष्टींवरचे लक्ष ढळू देऊ नका.

तुमच्या भोवतालची माणसे तुमच्या मुलाच्या वजनावरून, जाडेपणावरून तुम्हाला काही बोलली, तर दुर्लक्ष करा. प्रत्येकाला स्वातंत्र्य आहे आणि त्यांना कुचाळक्या करण्यास वेळ आहे असे समजून सोडून द्या. दुसऱ्याला खूश करण्यासाठी आपल्या मुलाचा आहार बदलू नका. जाडे-बारीक कोणीही निरोगी, काटक असू शकते. मला आजकाल काळजी वाटते की प्रत्येक मुलाने एकसारखा आहार घेतला, तीच पुस्तके वाचली, त्याच भाषेत बोलली (इंग्लिश) तर आपण एकाच साच्यातली माणसे तयार करणार आहोत. भाषा, आहार, आकार, काहीही असो, माणूसपण वैविध्यतेत दडलेले आहे, सारखेपणात नव्हे.

२) दुर्बळ प्रतिकारशक्ती

श्रीमंत मुलांमध्ये अगदी कमी प्रतिकारशक्ती असल्याचे आढळते. जरा हवा बदलली, थोडं वेगळं काही झालं की ही मुलं आजारी पडतात. याच मुलांच्या घरात अति स्वच्छतेचे सॅनीटायजर वापरण्याचे खूळ दिसून येते.

माझ्या एका क्लाएन्टने मला एक फोटो दाखविला. 'हे बघ' तो एका छोट्या पायाचा फोटो होता. मी पाहिले पण माझा चेहरा कोरा होता. 'तुला दिसत नाहीए?' क्लाएन्टने विचारले. मी मान वेडी-वाकडी करत, फोटो झूम करून पाहिला. पण छे! मला काहीच कळत नव्हते. मी इतका वेळ घेत असलेली पाहून क्लाएन्ट चिडली. तिने तो फोटो मला दाखवला आणि त्या फोटोत पायाच्या अंगठ्यावर असलेल्या एका डागाकडे लक्ष वेधत म्हणाली, 'बघ, आमची बेडरुम किती घाणेरडी, धूळकट आहे. माझा बाबू रोज जमिनीवरून चालतो, पाय खराब करतो. माझ्याकडे काम करणारी बाई अगदी अस्वच्छ आहे.' मी कपाळाला हात लावला. तिने हाच फोटो बालरोग तज्ज्ञाकडेही पाठवला होता. त्यांचे म्हणणे होते की त्याच्या वारंवार आजारी पडण्याचे हे कारण नाही. त्याची प्रतिकारशक्ती दुबळी आहे.

एकदा दिल्ली एअरपोर्टवर मी बोर्डिंग गेटवर उभी होते. एक लहान मूल तिथे रांगत होते. सहा ते आठ महिन्याच्या बाळाला ती पूर्ण जागा रांगायला जणू कमी पडत होती आणि रांगेतल्या सर्वांच्या चेहऱ्यावर ते पाहून हसू फुटत होते. साडी नेसलेली, डोक्यावर पदर घेतलेली त्याची आई नि:शंकपणे त्या मुलाकडे पाहत होती. मी नवऱ्याला म्हटले, 'मोठा होऊन नाव कमावेल. आई किती निडरपणाने वाढवतेय त्याला.' 'एकत्र कुटुंब का?' मी त्या आईला विचारले. '२८ माणसं

का?' भोचकपणाने पुढे विचारले. 'नाही, ५६' ती उत्तरली.

हे मी का सांगतेय तुम्हाला? कारण आईचा तणाव मुलाला भोवतो. बालरोगतज्ज्ञ ही हे मान्य करतात. खरोखरच छोट्या गोष्टींचा आयांनी ताण घेऊ नये. थोडी घाण, धूळ मुलाचे नुकसान करत नाहीत. मोठं होण्याच्या प्रक्रियेचाच तो एक भाग आहे. प्रतिकारशक्ती मजबूत व्हावी, यासाठी आणखी काही महत्त्वाच्या गोष्टी सांगते.

१) घरी केलेला मुरांबा, आंबट गोड चटणी रोज पोळी, भाकरी, परोठ्याबरोबर द्या. यामुळे उपयुक्त जिवाणुंची संख्या, प्रकार वाढतात.

२) तूप-गूळ-सुंठ-हळद यांची छोटीशी गोळी दोन्ही जेवणानंतर द्या.

३) चांगल्या शिजवलेल्या भाज्या, व्यवस्थित भिजवलेल्या डाळी, चांगले मोड आलेली कडधान्ये स्वयंपाकात वापरा.

४) स्वच्छ गाळलेले पाणी पिण्यासाठी, स्वयंपाकासाठी वापरा. मिनरल वॉटर आंघोळीसाठी वगैरे वापरायची बिलकुल गरज नाही.

५) ताजे अन्न मुलांना द्या. फ्रीझचा वापर कमीत कमी करा.

६) मल्टीव्हिटॅमिन सिरप सकाळच्या किंवा रात्रीच्या जेवणानंतर द्या.

७) मुलांसमोर मद्यपान करू नका, सिगरेट ओढू नका. भांडण-तंटे सुद्धा नकोत.

८) अकारण औषधांचा मारा, अँटीबायॉटीक्स् नकोत. लक्षात ठेवा की, सर्दी जायला आठ दिवस लागतातच. व्हायरल फीव्हर अँटीबायॉटीक्स्ने बरा होत नसतो. वर्षातून २ ते १० दिवस आजारी पडणे हे नैसर्गिक आहे, आयुष्याचा भाग आहे.

९) निजायची-उठायची वेळ ठराविक असावी. तुम्ही मुलांच्या आधी उठलेले असावे. तुम्हाला जमणार नसेल तर घरातली इतर कोणी व्यक्ती ही जबाबदारी घेईल.

१०) कुटुंबात घट्ट नातेसंबंध असावेत. अडीअडचणींना एकमेकांची मदत घ्यावी. गैरसमजुती, मतभेद असतील तर स्पष्ट बोलून मिटवावेत. मुलांसमोर एकमेकांविषयी गैरशब्द बोलू नयेत.

३) फॅटी लीव्हर

मुलांमध्ये अधिक प्रमाणात आजकाल दिसून येणारा हा आजार आहे. एके काळी हा आजार फक्त मद्यपान करणाऱ्या प्रौढांमध्ये आढळून यायचा. या आजारात लीव्हरला (यकृत) सूज येते आणि त्यात ट्रायग्लिसराईड्सचा अतिरिक्त

साठा असतो. हल्ली सहा वर्षाच्या मुलामध्ये सुद्धा ही समस्या दिसून येते. त्यांची आळसावलेली जीवनशैली पॅकेज्ड फुडचे सेवन आणि झोपेच्या अनियमित वेळा ही त्यामागची कारणे आहेत. अशा मुलांचे पालक गोंधळून जातात आणि मुलांनाच दोष देतात — कितीही सांगितले तरी मॅगीशिवाय याचे पान हलत नाही, आईने बजावले होते ना कोल्ड्रींक पिऊ नकोस इ.

हे आता सोडा आणि माझे ऐका.

वास्तव असे आहे की, मुलांना स्थूलत्वाकडे नेण्याच्या दिशेनेच आपल्या आसपासचे वातावरण आहे. हेच मुलांमध्ये नॉन कम्युनिकेबल डिसीजेस् होण्याचे कारण आहे. फक्त पालक यासाठी जबाबदार नसून सरकार, धोरणकर्ते, उद्योगधंदे, जाहिराती इ. सर्व यासाठी जबाबदार आहेत.

पुढे स्थूलत्वाकडे प्रवास कसा चालू होतो व त्यावरील उपाय देण्याचा प्रयत्न करत आहे.

i) शहरांच्या आणि गावांच्या नियोजनाचा अभाव. मोकळे भूखंड, बागा नाहीत. समाज म्हणून एकत्र येऊन स्थानिक नगरसेवकांवर दबाव आणायला हवा. चालायला जागा हव्यात. वाचक जर स्वत: राजकारणात सक्रिय असतील तर नक्की हे करा. ही मुलेच मोठी झाली की तुम्हाला मते देतील.

ii) 'जंक फूड'च्या मार्केटिंगसाठी कोणतीही नियमांची चौकट नाही. जर तुम्ही हे बनविणारे, विकणारे असाल किंवा IAS मध्ये असाल तर 'जंक फूड'वर बंदी आणा. कारण भविष्यात हे विनाश घडवून आणेल.

iii) प्रदूषके पिण्याच्या पाण्यात मिसळत आहेत. कचऱ्याचे प्रचंड ढीग आसपासचा परिसर घुसमटून टाकत आहेत. शुद्ध हवा मिळणे हा मानवाचा मूलभूत हक्क आहे. तेव्हा उद्योजकांनो, तुमच्या भविष्यातील गिऱ्हाईकांचा आदर करा, मुलांना स्वच्छ हवा मिळू द्या. कर्म चांगले असावे, कर्मावर विश्वास नसला तरी आजारपणामुळे लोकांकडचे पैसे कमी झाले तर खरेदी कोण करणार? तसेच तुमच्याकडचे कामगार आजारी झाले तर उत्पादन घटणार आणि मेडिकल इन्शुरन्सवर पैसाही जाणार.

माहीत नाही मी राजकारण्यांना, धोरणकर्त्यांना, उद्योजकांना पटवू शकले आहे की नाही पण त्यांच्यामधले पालक मात्र जागे झाले असतील. हा सामाजिक, आर्थिक, राजकीय, पर्यावरणीय प्रश्न आहे आणि सर्वांगाने सोडवायला हवा.

पण मुलांना दोष देणे बंद करा. स्वत:लाही दोष देऊ नका. जीवनशैलीबाबत पुढील गोष्टी लक्षात ठेवा.

१) झोप : सगळे महत्त्वाचे अवयव – हृदय, मेंदू, मूत्रपिंड, यकृत इ. कार्यक्षम राहण्यासाठी झोप खूप महत्त्वाची आहे. 'फॅटी लीव्हर' म्हणजे लीव्हर मध्ये ट्रायग्लिसराईड्सचा अतिरिक्त साठा असणे. जर वेळीच उपचार झाले नाहीत, तर रक्तशर्करेची समस्या उद्‌भवते. म्हणून तुम्हाला डॉक्टरनी सांगितले ते बरोबरच आहे. फक्त ते एक सांगायला विसरले की या आजारात उपचार म्हणजे 'निवांत झोप' आहे, औषधे नव्हेत. झोपेचे तंत्र सांभाळण्यासाठी फार महत्त्वाचे आहे – ठराविक वेळेस झोपणे आणि उठणे. हे तीन महिने, एक दिवसाचा सुद्धा अपवाद न करता पाळा. मुलांच्या आरोग्यात नक्की सुधारणा दिसेल. आठवड्यातून एकदा फक्त एक तासाची मुभा देऊ शकता. झोप हे औषध आहे. याचा रट्टा मारा. इन्शुलिन रेझीस्टन्स कमी होईल. ट्रायग्लिसराईडस् पण कमी होतील.

२) दररोज पाच सूर्यनमस्कार घाला. रविवार, अन्य सुट्टीचे वार देखील चुकवायचे नाहीत. सूर्योदय, सूर्यास्त किंवा शाळेत जाण्यापूर्वी घाला.

३) ९० मिनिटे खेळ, ॲक्टिव्हिटी : हे अत्यंत महत्त्वाचे असून त्याला पर्याय नाही. नियोजन करून आणि मनाजोगती ॲक्टिव्हिटी याचा मेळ करून हा वेळ सत्कारणी लावावा. मुलांना हे आवडले पाहिजे. शाळा सुटल्यानंतर संध्याकाळी ९० मिनिटे सलग काढा. शाळेतल्या स्पोर्टस् मधला वेळ यात धरायचा नाही. डान्स क्लास, पोहणे, जिमींग, सायकलींग यापैकी काहीही आवडीनुसार करा.

४) टी.व्ही., मोबाईल इ. गॅजेटस् दिवसभरात जास्तीत जास्त ३० मिनिटे मुले पाहू शकतात. शनिवार-रविवार असेल तरी वाढीव वेळ द्यायचा नाही. शाळेचे प्रोजेक्टचे काम या वेळात धरू नका. आणि हो, जेवताना, बेडरुममध्ये टी.व्ही. नकोच.

५) पॅकेट उघडून कुठचेही पदार्थ खायचे नाहीत. केचप, डीप्स्, क्रॅकर्स, बिस्किटस्, नॅचोज्, टॉर्टीलाज्, काही नाही. कोला, कॉफी, चॉकलेटस् इ. नाही. पिझ्झा,बर्गर इ. मागवायचे नाही. त्याचे 'लो कॅलरी, लो फॅट' प्रकारसुद्धा नाही. तयार पीठ मागवायचे नाही. चक्कीतच दळून आणायचे. 'फॅट साखर' खायची नाही असे नसून 'फॅट साखर' कुठच्या स्त्रोतातून येत आहेत त्याला महत्त्व

द्यायचे. पदार्थ जितके जास्त प्रक्रिया केलेले असतात तेवढे ते स्वयंपाकघर, शेत यापासून दूर गेलेले/तुटलेले असतात. जे शेतात पिकवून घरात शिजवले जात नाही ते आजारांना आमंत्रण देणारे पदार्थ असतात. प्रक्रिया केलेले अन्नपदार्थ रक्तशर्करा, ट्रायग्लिसराईडस् च्या समस्या वाढवितात.

६) धान्य, लोणी, चटणी — हे पदार्थ रोजच्या आहारात किमान एकदा समाविष्ट करा. लोण्यातील इसेन्शीयल फॅट, चटणीतले मायक्रोन्युट्रीएन्टस्, धान्यातली पोषक द्रव्ये मुलांची 'फॅटी लीव्हर' कमी करण्यास मदत करतात. मुलांना आपल्या पारंपारिक आहाराविषयी आवड निर्माण होते.

'फॅटी लीव्हर' हा सहज बरा होणारा आजार आहे. टाळण्याजोगा तर नक्कीच आहे. पण झालाच तर नक्कीच काही साध्या गोष्टींनी बरा होणारा आहे. तुम्ही पालक जर वरील गोष्टींचे पालन कराल तर मुले आपोआप करतील. असेच डॉक्टर बघा की 'फॅटी लीव्हर' बरी होण्यावर ज्यांचा पूर्ण विश्वास असेल आणि जीवनशैलीत बदल करण्यासाठी तुम्हाला प्रोत्साहन देतील.

४) मधुमेह

'फॅटी लीव्हर'च्या बाबतीत असलेल्या सर्व गोष्टी मधुमेहासाठी लागू होतील. टाईप - १, टाईप - २ मधुमेह दोन्हींना वरचे सर्व मुद्दे लावू शकाल. माझ्याकडे टाईप -२ मधुमेह असलेली बरीच मुले सल्ल्यासाठी आई-वडिलांसोबत येतात. त्यांना सुरुवातीला हायपरइन्सुलीनेमीआ असतो. यात रक्तातील इन्शुलीनचे प्रमाण अधिक असते. व्हिटॅमिन बी-१२, डी, हिमोग्लोबीन कमी असते. रक्तशर्करा वाढलेली असते. हे साधारणपणे पौगंडावस्थेच्या आसपास होते. (मुलींमध्ये पाळी सुरू होण्याच्या वेळेस जास्त प्रमाणात दिसते. ११ ते १४ वयोगटात) पालकांना भेटणेच मला जास्त कठीण जाते. मुले काही मिनिटांमध्येच मूड मध्ये येतात; हसतात आणि पटकन बरे वाटावे म्हणून प्रयत्न करण्यास सज्ज होतात. मुलांना ताण येत नाही म्हणून उलट पालकच अधिक चिंतेत पडतात. त्यांना वाटते घाबरली नाहीत तर करतील कशी?

हा आजार का होतो हा मात्र प्रश्नच आहे. पौगंडावस्थेत होणारा हार्मोन्स् चा हैदोस का आईला प्रेग्नन्सीत दिलेली ट्रीटमेन्ट याला जबाबदार आहे? प्रेग्नंट होण्यासाठी हार्मोनल ट्रीटमेन्ट घेतली असली तर असे होऊ शकेल हा माझा अंदाज आहे. यामुळे मुलांचा 'मायक्रोबायोटा' नॉर्मल रहात नाही आणि अशी

ट्रीटमेन्ट घेऊन नॉर्मल डिलीव्हरी होत नसल्यामुळे तिथेही 'मायक्रोबायोटा' कमी पडतो. पॅकेज्ड फूड, गॅजेटस् चा अति वापर एवढीच कारणे नसून मूलभूत कारणे काही वेगळी आहेत जी नक्की समजली नाहीत.

मधुमेह झालाच तर असे डॉक्टर शोधा की जे सांगतील, मी औषध लवकरच बंद करेन (टाईप - २) किंवा औषध हळूहळू कमी करेन (टाईप - १). असे डॉक्टर नकोत की जे आयुष्यभर गोळ्या घ्याव्या लागतील, या मताचे असतील. ही गोष्ट मुलांना नक्कीच आवडणार नाही. तसेच आयुष्यभर बटाटा भाजी खायची नाही हे सुद्धा मुलांना जाचक असते. पण मला हे सांगायला खूप आनंद होत आहे की अनेक डॉक्टर्स मुलांना प्रोत्साहित करणारे आहेत. माझ्याकडे एक HbA1c-11.6 असलेला एक मुलगा येत असे. तो चार महिन्यात आहार नियोजनाने औषधमुक्त झाला आणि डॉक्टर सातत्याने त्याची उमेद वाढवीत होते. तरुण डॉक्टर याबाबतीत खूप उत्साही असतात. त्याचप्रमाणे सत्तरी उलटलेले सुद्धा उत्साही असतात. कारण त्यांनी अनेक रुग्ण पाहिलेले असतात. ज्यांचा डोस २-३ वर्षांमध्ये ५००mcg वरून २०००mcg वर गेलेला असतो. म्हणून उत्तम डॉक्टर नको, चांगला माणूस शोधा. कळतेय?

मग आता मुलांनी काय करावे. फॅटी लीव्हरसाठी जे सांगितले ते कराच, अधिक पुढील काही गोष्टी आचरणात आणा.

१) घरी केलेले दही-ताक जेवणाबरोबर घ्या किंवा दही-ताकापासून बनविलेले पदार्थ खा. उदा. उकड, सुरळीच्या वड्या, कढी इ.
२) थोडेसे काजू किंवा अळीवाचा लाडू – रोज एकदा आयर्न भरपूर असलेला पदार्थ म्हणून खा.
३) प्रत्येक खाण्याबरोबर तूप – ४ ते ६ चमचे रोज, न भिता, अपराधी वाटून न घेता खा.
४) व्हिटॅमिन बी-१२, डी आणि कॅल्शियम सायट्रेट सप्लिमेन्टस् घ्या.
५) आठवड्यातून एकदा 'स्ट्रेन्थ ट्रेनिंग' करा. (व्यायामाशी मैत्री, आरोग्याची खात्री वाचा.) ट्रेनरला मुलाकडे लक्ष देण्यास सांगा. योग्य रीतीने व्यायाम होणे गरजेचे आहे.
६) खेळताना अधून-मधून पाणी पिण्यासाठी मुलाला बजावून ठेवा. खेळ संपल्यावर केळे खायला सांगा.

लक्षात ठेवा

एकदा रक्तशर्करा नॉर्मल वर आली की आधीचे सगळे विसरून जा. एका मुलाला तीन वर्ष मी आहार व्यायाम विषयक सल्ला देत होते, त्याच्या आठवी ते दहावी पर्यंत (आता तो २६ वर्षांचा आहे). त्याने मला अलिकडेच मेसेज केला की आता त्याचे इन्शुलीन आठपर्यंत आले आहे. आधी ते चोवीसपर्यंत गेले होते. कायमस्वरूपी व्यवस्थित आहार-विहाराचा फायदा हाच की तुम्ही निरोगी राहता. याचे कारण नियमित आहार आणि व्यायाम केल्याने स्वत: आनंदी राहता येते.

५) मौखिक आरोग्य

हे बरेचदा दुर्लक्षित राहिलेले पण आरोग्यावर दूरगामी परिणाम करणारे आहे. सिनेतारकांच्या सुंदर हास्यासाठी कारणीभूत असलेले डॉ. संदेश मयेकर आज खरं तर वयाच्या अशा टप्प्यावर आहेत की काहीही न करता आरामात जगू शकतात. पण आजही ते कामात अतिशय व्यस्त आहेत, कमावण्यासाठी आणि समाजाला स्वत:ची सर्व्हिस देण्यासाठी.

'फर्स्ट डिकेड, नो डिके' हा त्यांचा एक आवडता प्रोजेक्ट आहे. हा प्रोजेक्ट घेण्यामागचे कारण त्यांनी पाहिलेली असंख्य दात किडलेली, हिरड्यांमधून रक्त येणारी, दातांमध्ये कॅव्हिटीज असलेली मुले.

मौखिक आरोग्य हे पूर्ण शरीराच्या आरोग्याचा आरसा आहे. म्हणून मुलांच्या दातात फटी पडत असतील, हिरड्यांमधून रक्त येत असेल तर त्यांचे तोंड तुम्हाला ओरडून सांगत आहे की काय बिघडलेय नक्की ते पाहा.

ऑस्ट्रेलियातील आदिवासींच्या आरोग्याबद्दल अभ्यास केल्यावर लक्षात आले की गोऱ्यांनी त्यांच्या प्रदेशात बंदुका आणि पॅकेज्ड फूड घेऊन प्रवेश करेपर्यंत त्यांचे दात आणि आरोग्य अगदी ठणठणीत होते. त्यांचा मूळ आहार आपल्यासारखाच होता — वैविध्यपूर्ण, स्थानिक आणि ऋतुनुसार धान्य, कडधान्ये, फळे, भाज्या, अधूनमधून मांसाहार. हे सगळे गोऱ्यांच्या आगमनानंतर बदलले. सिरीअल्स, मफीन्स्, प्रक्रिया केलेले मांस हा आहार झाला. (पाश्चात्त्य आहार) त्याचबरोबर त्यांची ॲक्टिव्हिटी कमी झाली. आता मात्र एके काळी जमिनीचे मालक असलेले हे आदिवासी संख्येनेही घटले आहेत आणि चयापचय बिघाडामुळे होणाऱ्या आजारांचे शिकार होत आहेत.

कशी आपल्याकडे देशी गोष्टींची चेष्टा केली जाते. उदा. एका टुथपेस्टची जाहिरात अशी होती — 'बदन के लिए बादाम और दातों के लिए कोयला?' तीच कंपनी आज त्यांच्या टुथपेस्टमध्ये 'ॲक्टीव्हेटेड चारकोल असल्याची जाहिरात करत आहे. तुम्ही ब्रेकफास्टला सिरिअल खाल्ले, वाढदिवस साजरे करायला चॉकलेट खाल्ले तर मग दातात फटी होणारच. म्हणून कमीत कमी प्रक्रिया केलेले अन्नपदार्थ खायला सुरुवात केली पाहिजे. नैसर्गिक रित्या पिकवलेले, स्वयंपाकघरात शिजवलेले अन्न खा म्हणजे मौखिक आरोग्य चांगले राहील.

कोलाज्, चॉकलेटस्, सिरिअल्स् तर नक्की टाळायला हवेत. पण त्याहूनही अधिक यामागे दडलेले आहे. माझ्या एका क्लाएन्टने तिच्या दोन वर्षाच्या मुलीबद्दल मला सांगितले होते की तिचे दात 'हेल्दी डाएट' घेऊनही खराब झाले आहेत. मी विचारले, 'हेल्दी' म्हणजे काय देतेस?' 'फक्त मीट (मांस) आणि व्हेजीज् (भाज्या), ब्राऊन राईस, बदामाच्या पिठाचे केक्स् इत्यादी. साखरेला तर ती शिवली पण नाहीए. पण तरीही तिचे दात आणि हिरड्या अगदी वाईट स्थितीत आहेत.'

डॉक्टरानी हा डाएट बदलायला सांगितला. पण तिला वाटतेय की यापेक्षा चांगला आहार काय असू शकतो?.

चांगल्या आहाराचा पाया म्हणजे स्थानिक, ऋतुनुसार, परंपरेनुसार खाणे आणि अन्नाचा विचार 'साखर, कार्ब्ज, प्रोटीन्स्' असा न करणे. काय होतं की कार्ब्ज कमी करण्याच्या नादात तुम्ही धान्ये, कडधान्ये, साखर या गोष्टी बाद करता आणि मुलांच्या अन्नातील फायटीक ॲसिडचे प्रमाण वाढते. ब्राऊन राईस, ओटस्, बदामाचे पीठ सातत्याने खाऊन मुलांच्या दातातील खनिजांचे प्रमाण घटते आणि मौखिक आरोग्य बिघडते. म्हणून आपले सामान्य ज्ञान वापरा. केक्स् आरोग्याला घातक हे माहिती असतेच. ते बदामाच्या पिठाचे, साखरविरहित केले तरीही क्वचित् मुलांना केक्स् द्या पण लक्षात ठेवा की 'जंक' हे आरोग्यदायी होऊ शकत नाही.

आता मौखिक आरोग्य राखण्यासाठी, आणि असेही निरोगी राहण्यासाठी मुलांनी काय करावे.

१) स्थानिक, ऋतुनुसार मिळणारे ताजे फळ रोज खावे. कीवी, ब्ल्युबेरी, स्टार फ्रुट इ. नको.
२) रोज घरचे लोणी खायला द्या. दातांमधील क्षारांचे प्रमाण टिकविण्यासाठी उपयुक्त.

३) भात किंवा इतर धान्ये डाळी/कडधान्यांसोबत रोज द्या.

४) निर्जलीकरण होऊ नये यासाठी पाणी योग्य प्रमाणात प्यावे. जेवणानंतर ताक प्यावे.

५) सावकाश जेवा. जेवल्यानंतर खळखळून चूळ भरा.

६) मुलांसाठी खास म्हणून टुथपेस्ट घेऊ नका. त्यात भरपूर साखर असते.

पालक जेव्हा मुलांसाठी अन्नपदार्थ विकत घ्यायला जातात तेव्हा स्वत:ला प्रश्न विचारावा — हे सुपरमार्केटमध्ये का दिसतेय? उत्पादन झालेय म्हणून विकत आहेत का त्याचा खप होत आहे म्हणून उत्पादन वाढत आहे.

उदा. आंब्यांच्या मोसमात आंबे येतात. इथे उत्पादन झाले म्हणून विक्री होत आहे.

परंतु ब्रोकोली, किनोवा, बदामाचा केक इ. बद्दल काय? या गोष्टींचा खप होतो, म्हणून उत्पादन होत आहे.

यामधला फरक जाणा. इतक्या मोठ्या प्रमाणात झटपट उत्पादित होणारे अन्नपदार्थ कसे 'गट बॅक्टेरिया'साठी पोषक असतील?

म्हणून सांगते,

किवी नको, केळे खा. किनोवा नको, तांदूळ खा. बदामाचा केक नको, क्वचित् प्रसंगी आवडणारा केक खा.

•

भाग - २ ड

वारंवार होणारे आजार

१) बद्धकोष्ठता

i) दोन्ही जेवणात दही-भात/खिचडी. कमीत कमी २ चमचे तूप.
ii) नाचणी खीर किंवा डोसा.
iii) वरचेवर पाणी, शहाळ्याचे पाणी आणि काळे मीठ घातलेले लिंबू सरबत.
iv) शौचास जोर लावायचा नाही. शक्यतो भारतीय शौचालय वापरा.
v) दोन्ही जेवणानंतर केळे खा.
vi) शौचाच्या जागी बाहेरून खोबरेल तेल अथवा लोणी लावणे.
vii) वरचेवर बद्धकोष्ठता होत असेल तर 'B12' आणि व्हिटॅमिन 'डी' घेणे.
viii) रोज खेळणे आवश्यक. तसेच झोपायच्या-उठायच्या वेळा ठराविक ठेवणे.
ix) झोपण्यापूर्वी पायाचे तळवे कोकम तेल/तीळ तेल/तूप लावून घासणे.

२) शौचास पातळ होणे

i) मुलाला जबरदस्तीने खायला घालू नये. भूक लागली नसेल तर उपाशी राहिले तरी चालते.
ii) वरचेवर पाणी पिण्यास द्यावे.
iii) शहाळ्याचे पाणी/स्थानिक सरबत काळे मीठ घालून द्यावे.
iv) तूपात भाजून मखाना देणे. वर काळे मीठ/जिरे पावडर/मिरे पावडर आवडीनुसार घालावी.
v) केळे खाण्यास द्यावे.
vi) दोन्ही जेवणात भाताची पेज/खिचडी/दही भात द्यावा.
vii) उन्हात पाठवू नये.
viii) अंडी, दूध, मांसाहार वर्ज्य करावा.

३) सर्दी-खोकला

i) सकाळ-संध्याकाळ मिठाच्या पाण्याने गुळण्या करायला सांगावे.

ii) दोन्ही जेवणानंतर चमचाभर मध द्या. (सहलीला गेलात की सरकारी दुकाने किंवा फार्मर्स मार्केटमधून विकत घ्या.)

iii) हळद-दूध हमखास उपाय आहे. थोडी जायफळ पावडर व साखर घाला.

iv) तूप-गूळ-हळद-सुंठ एकत्र करून गोळ्या करून ठेवा. दिवसांतून २-३ वेळा खायला द्या.

v) जिरे व सुंठ घालून खिचडी करा व रात्रीच्या जेवणात द्या.

४) फ्लू (ताप)

i) सारखे घोट घोट पाणी पिणे खूप आवश्यक आहे.

ii) नाश्ता किंवा सकाळच्या जेवणानंतर बी कॉम्प्लेक्स आणि व्हिटॅमिन 'सी' द्या.

iii) गोड शिरा नाश्त्याला किंवा सकाळच्या जेवणात द्या.

iv) रवा-नारळ लाडू/बेसन लाडू भूक लागली की द्या.

v) मुलाला जे खावेसे वाटेल ते घरी करून द्या. थोडे लाड पुरवा.

५) प्रवासात उलटीची भावना होणे किंवा गरगरणे

i) सर्वप्रथम मुलांना सांगा की यात शरम वाटण्यासारखे काही नाही.

ii) प्रवासात शरीरातील पाण्याचे प्रमाण योग्य असायला हवे.
(मुलांना सांगा की गरज पडली तर रस्त्यावर गाडी थांबवून आडोशाला सू-सू करू शकता. पेट्रोल पंपवर गाडी थांबवा. तिथे शौचालयाची सोय चांगली असते. मुली असल्या तर त्यांना पाणी पिण्याचे महत्त्व सांगा व सू-सू ला जाण्यात लाज वाटण्यासारखे काही नाही हे पटवा.

iii) प्रवास चालू करण्यापूर्वी १५-२० मिनिटे करंगळीवर खोबरेल तेल घ्या व नाकात, कानात करंगळी घालून 'क्लॉकवाइज डायरेक्शन' मध्ये फिरवा.

iv) प्रवासात ब्रेड-बटर, ब्रेड-जाम, शेव-चुरमुरे असे पदार्थ खावेत. हलेक व चोथा कमी किंवा शून्य असलेले हे पदार्थ आहेत.

v) पॅकेज्ड, प्रक्रिया केलेले पदार्थ देऊ नका. उलटीची भावना झाल्यास ४-

५ घोट कोला पिण्यास हरकत नाही.

vi) ज्या दिशेला प्रवास करत असतील, त्या दिशेला तोंड करून बसायला सांगा. सुती, सैल कपडे घालावेत. थंडी असल्यास मान, छाती, कान झाका. ऊन अंगावर येईल असे बसवू नका. एखादी शाल बरोबर ठेवा ज्यायोगे ऊन-वारा यापासून त्यांचे संरक्षण होईल.

vii) विमानाने प्रवास असेल तर 'टेक ऑफ' व 'लँडींग'च्या वेळेस खडीसाखर चघळू द्या.

६) मूत्रमार्गाचा संसर्ग

हल्ली लहान मुलांमध्ये हा दिसू लागला आहे आणि खूप त्रासदायक असतो.

i) स्वच्छ, सुती चड्डी, इलॅस्टिक बोचणारे नसावे.

ii) अंतर्वस्त्र सैलसर असावीत.

iii) कोकम/बेल/लिंबू सरबत (सरबतात सब्जा घाला.) घ्यावयास सांगा. शरीरातील पाण्याचे प्रमाण नियंत्रित राहील आणि आवश्यक सूक्ष्म पोषक द्रव्ये शरीराला मिळतील.

iv) पाणी घोट घोट पीत राहणे. लघवी साफ झाली पाहिजे.

v) शक्यतो भारतीय पद्धतीच्या शौचालयाचा वापर करा. सार्वजनिक शौचालय वापरायची वेळ आली तर भारतीय पद्धतीचेच वापरा.

vi) शौचास/लघवीला जाऊन आल्यावर टिश्यू पेपर वापरायची गरज नाही. शौचास गेल्यावर पाण्याने धुवा. लघवी केल्यानंतर धुण्याची गरज नाही.

vii) दिवसातून कमीत कमी एकदा घरी विरजलेले दही अथवा ताक द्या.

viii) सकाळच्या नाश्त्यानंतर बी-कॉम्प्लेक्स सिरप द्या.

ix) दोन्ही जेवणानंतर चमचाभर गुलकंद द्या.

x) आहारात नारळाचा, शहाळ्याच्या पाण्याचा समावेश ठेवा.

७) पाळीचा त्रास

i) पक्के लक्षात ठेवा की, पाळीचा त्रास होणे नैसर्गिक नाही. पाळीचा त्रास बिलकुल होता कामा नये. पॅड बदलायला लागते तेव्हा थोडीशी गैरसोय होते इतकेच.

ii) ही जैविक प्रक्रिया असून त्याबद्दल लाज वाटण्यासारखे काही नाही. कधी

चुकून चड्डीला, चादरीला, सोफा कव्हरला डाग पडला तर त्याचा बाऊ करू नका. जे लोक यासाठी तुमची चेष्टा करतील तर त्यांचीच कीव करा.

iii) पाळी दरम्यान सुद्धा ९० मिनिटांचा खेळ अनिवार्य आहे.

iv) पाळी सुरू होण्यापूर्वी आठवडाभर सकाळी भिजवलेल्या मनुका एक-दोन केशर कांड्या घालून खा आणि हे पाळीनंतर आठवडाभर चालू ठेवा.

v) अळीवाचा लाडू पाळीपूर्वी आठवडाभर खायला चालू करा. पूर्ण महिना खाऊ शकता. कुठच्याही वयात खा.

vi) तूप-धने-गूळ मिश्रण दोन्ही जेवणानंतर खा.

vii) चहा-कॉफी-चॉकलेटस् खाणे नेहमीच टाळा पण पाळीच्या वेळेस हे आवर्जून लक्षात ठेवा.

viii) भूक नेहमीप्रमाणे नसेल तर पोटाचे ऐका, भूक लागली की खा.

ix) रोजच एखादं सरबत प्यावे, पण पाळीच्या दिवसांमध्ये नक्की प्यावे.

x) राजगीरा चिक्की, घरी केलेला लाडू/हलवा रोज एकदा या दिवसांमध्ये खा.

xi) सुरण, अळकुडी, रताळे इ. आठवड्याचा आहाराचा भाग असावा. पाळीच्या दिवसांमध्ये एखाद्या दिवशी नक्कीच खा.

xii) स्तन दुखणे, चिडचिड होणे, मांड्यांचा आतील भाग लाल होणे, अशी लक्षणे B1, B6, B12 ची कमतरता दर्शवितात. व्हिटॅमिन B सप्लिमेन्ट घ्या.

xiii) आठवड्यात अधूनमधून उसळी खाव्यात.

xiv) पाळीच्या वेळी पाठ, कंबर दुखत असेल तर सुप्तबद्धकोनासनात पाठीला 'बोस्टर'चा आधार घेऊन पडून रहा. यामुळे दुखणे कमी होईल.

xv) कॅल्शियम सप्लिमेन्ट शक्यतो कॅल्शियम सायट्रेट रोज किंवा एक दिवसाआड घ्या.

xvi) पाळीच्या वेळेस पाठदुखी, कंबरदुखी असेल तर कॅल्शियमचा डोस दुप्पट करा.

xvii) पूर्ण महिना खेळ विसरू नका.

xviii) शरीरातील पाण्याचे प्रमाण कधीही कमी होऊ देऊ नका.

xix) झोपेच्या वेळा चुकवू नका.

xx) पाळी चालू असली तरी दैनंदिन आयुष्यात काहीही फरक पडता कामा नये, हे लक्षात ठेवा.

•

समारोप - निरोगी भविष्यासाठी जाहिरनामा

पालक, शाळा आणि धोरणकर्त्यांनी एकत्र येऊन मुलांसाठी आरोग्यदायी वातावरण निर्माण करायला हवे, हे आपले ध्येय असायला हवे.

पालक

१) घरातील प्रत्येकाचा स्वयंपाकघरात व इतर छोट्या कामात सहभाग हवा.

२) कुटुंब म्हणून महिन्यातून एकदा 'इंटरनेट'चा उपास करावा. जेवणा-खाण्याच्या वेळेस, झोपण्यापूर्वी टी.व्ही., गॅजेटस् बंद ठेवावेत.

३) वर्षातून किमान दोन वेळा मुलांना घेऊन जवळपासच्या शेतांवर जा. स्थानिक फळ-भाज्यांची त्यांना ओळख झाली पाहिजे. तांदूळ, डाळी, ऊस इ. चे पीक कधी येते ते त्यांना माहिती हवे.

४) युनायटेड नेशन्सने २०१९ हे आंतरराष्ट्रीय स्थानिक भाषाचे वर्ष म्हणून जाहीर केले होते. मुलांना मातृभाषेत अस्खलित बोलता यायला हवे. तसेच स्थानिक भाषा यायला हवी.

५) सहलीला जाल किंवा पार्टी कराल तेव्हा पर्यावरणाचे, आरोग्याचे भान सुटू देऊ नका.

शाळा

१) एखादी छोटी जागा शेतीसाठी राखून ठेवा. भाज्या लावण्याइतपत असली तरी हरकत नाही. शाळेच्या अभ्यासक्रमात 'शेती'चा अंतर्भाव थोड्या प्रमाणात तरी असावा.

२) वाढदिवसाच्या दिवशी मुलांना त्यांच्या घरचा एखादा पारंपारिक पदार्थ आणण्यास प्रोत्साहन द्या.

३) पी.टी. (Physical Training) शारीरिक शिक्षण शिक्षकांची संख्या वाढवा. दररोज एक तास तरी पी.टी.चा वर्ग हवा.

४) पालकांना स्वत:च्या वाहनाने शाळेपर्यंत मुलांना आणण्यात शक्यतो मनाई करावी. स्थानिक राजकारण्यांशी बोलून शाळेकडे येणाऱ्या रस्त्यावर एक कि.मी. जागा सायकलींग किंवा चालण्यासाठी सुरक्षित करावी.
५) वर्षातून एकदा आजी-आजोबा दिवस साजरा करावा. आहार, संस्कृतीविषयक चर्चा घडवून आणावी.

राजकारणी आणि धोरणकर्ते

१) जंक फूड कंपन्यांवर मुलांना जाहिरातीत घेण्यावर, खेळण्यांचे आमिष दाखविण्यावर कडक बंदी आणावी. जाहिरातींच्या वेळेवर निर्बंध आणावेत. मद्य आणि तंबाखूच्या जाहिरातींवर जसे कडक नियम आहेत तसेच जंक फूडवर असावेत.
२) मुलींसाठी काही दिवस तरी मैदाने राखून ठेवावीत.
३) जंक फूडवर कर आकारावेत. जंक फूड कंपन्यांना ते निर्माण करणाऱ्या प्लॅस्टिकच्या कचऱ्यासाठी जबाबदार ठरवावे.
४) देशी झाडे लावून रस्ते सुशोभित करावेत. तसेच विमानतळांसारख्या मोठ्या जागाही सुशोभित कराव्यात.
५) रासायनिक खतांच्या किमतींवर सूट न देता पारंपारिक शेतीपद्धतींवर जोर द्यावा. NUS (Neglected & Under utilised Species) आणि NTFP (Non Timber Forest Produce) प्रकारची झाडे लावण्यासाठी प्रोत्साहन द्यावे.

•

परिशिष्ट

काय, कधी, केव्हा आणि कसे खावे?

गट क्र. १ : अन्नपदार्थ जे तुम्ही रोजच किंवा आठवड्यातून एकदा खाऊ शकता.

ह्या अन्नपदार्थांचा तुम्ही रोजच किंवा आठवड्यातून एकदा तुमच्या आहारात समावेश करू शकता.

ह्या यादीत असे जवळपास वीस अन्नपदार्थ दिले आहेत आणि पुन्हा त्या प्रत्येकाच्या पाच वेगवेगळ्या पाककृती दिलेल्या आहेत. अशा रीतीने तुमच्या स्वयंपाकघरात बनवता येतील असे किंवा तुमच्या आसपास उपलब्ध होऊ शकतील असे एकंदरीत एकशे पन्नास विविध पदार्थ ह्या यादीत दिलेले आहेत.

पुन्हा कधी तुमचे पालक जर म्हणाले, "रुचकर आणि पोषकही असे काय करू. काही सुचत नाही बघ!" तर लगेच त्यांच्यासमोर ही यादी ठेवा.

खाद्यपदार्थ	कसे खावेत	खास टिपण्णी
तांदूळ आणि गहू	• मुख्य (प्रमुख) अन्न म्हणून आहारात असावे आणि दिवसात अनेकवेळा घेतले तरी चालेल. • तांदळाची भाकरी आणि गव्हाच्या पोळ्या करता येतात.	• हातसडीचे तांदूळ, एकदाच पॉलिश केलेले तांदूळ किंवा "ब्राऊन राईस" म्हणून उपलब्ध असलेले तांदूळ वापरावेत. • आपल्या परिसरातील १०० ते १६० किमींच्या परिघात पिकणारी स्थानिक

खाद्यपदार्थ	कसे खावेत	खास टिपण्णी
	• तांदळाची पेज किंवा दूधभात अथवा दही समाविष्ट करता येते. • पिठापासून बनवलेले लाडू किंवा पोळी आणि पोळीचा लाडू हा देखील उत्तम पर्याय आहे. • भारतात केली जाणारी न्याहारी उदा. इडली, डोसे, उपमा, सत्तू, पोहे, घावन, पराठे इत्यादी पदार्थ गहू आणि तांदळापासूनच केले जातात.	गव्हाची आणि तांदळाची जात निवडावी. • शक्यतोवर शेतातून किंवा छोट्या सहकारी तत्त्वावर चालवल्या जाणाऱ्या भांडारातून गहू, तांदूळ घ्यावा. मोठ्या गोण्यांमधून येणारे धान्य हे व्यावसायिक चकचकीत पॅकमध्ये मिळणाऱ्या धान्यापेक्षा केव्हाही शतपटीने चांगले समजावे. • त्याहीपेक्षा एकाच शेतात (पिकवलेले) ज्याला 'सिंगल ओरिजिन' म्हणतात, ते सर्वोत्तम हे लक्षात ठेवावे.
तृणधान्य	• पोळी किंवा भाकरी. तृणधान्यांची भाकरी एका विशिष्ट पद्धतीने केली जाते. तृणधान्यांचे पीठ गरम पाण्याने भिजवून चांगले मळून	• तृणधान्यांचा वापर ऋतूप्रमाणे करावा. - ज्वारी उन्हाळ्यात किंवा संपूर्ण वर्षभर. - बाजरी थंडीच्या दिवसात.

खाद्यपदार्थ	कसे खावेत	खास टिपण्णी
	त्यापासून हातावरच किंवा परातीत थापून भाकरी केली जाते. ● चिक्की किंवा लाडू बनविता येतात. राजगिरा चिक्की ही आरोग्यासाठी खूपच उपयुक्त आहे. ● खीर, हलवा ह्या स्वरूपात घेता येते किंवा न्याहारीकरता लापशीही करता येते.	- शिंगाडा थंडीच्या दिवसात. - मका थंडीच्या दिवसात. - नाचणी वर्षभर. कुठच्याही ऋतूत. - भगर अथवा वरीच्या तांदळाची खीर काही विशिष्ट सणावारी.
	● रोजच्या आहारात तृणधान्यांचा समावेश थालिपीठ ह्या लोकप्रिय पदार्थानेही करता येतो.	● अतिशय महत्त्वाचे म्हणजे आजकाल पॅनकेक्स, केक्स् अथवा सिरीयल्स् तृणधान्यांपासून बनवलेले पण विशिष्ट ब्रॅन्ड आणि पॅकेटस् मध्ये मिळतात ते म्हणजे तृणधान्यांतील पोषकतत्त्व नफ्यात (अर्थातच कंपन्यांच्या) रूपांतरित झाले आहेत हे सदैव लक्षात ठेवावे. हे अगदी सध्याच्या हळदीच्या अतिरेकी फॅडसारखेच म्हणा ना! तुम्ही पूर्वापार

खाद्यपदार्थ	कसे खावेत	खास टिपण्णी
		चालत आलेली अन्नधान्ये किंवा तृणधान्ये आहारात वापरता पण, त्यापासून खाद्यपदार्थ बनवण्याची पारंपरिक कृती किंवा पूर्वजांच्या पद्धती, ज्यांचा आपल्याकडे वारसा आलाय तो वापरत नाही, तेव्हा त्यातील पोषकतत्त्वांचा आरोग्यासाठी लाभ मिळत नाही.
कडधान्ये व डाळी	• मुख्य अन्न म्हणून – आमटी, भाजी, उसळ, सुंदाल, चिला, डोसा, इडली, सांबार, वरण ह्या कोणत्याही स्वरूपात.	• भारतात कडधान्यांच्या ६५००० पेक्षाही अधिक जाती पिकत असत. बहुतेक सर्व नष्ट झाल्या हे अत्यंत खेदजनक आहे.
	• मधले खाणे म्हणून – बेसन किंवा मूगाच्या डाळीच्या पिठाचे लाडू, हलवा, सुंदाल.	• शेंगा सुकल्या की त्यातून कडधान्ये मिळतात.
	• मधल्या खाण्यासाठी कच्चे किंवा उकडलेले शेंगदाणे, त्यांची चिक्की किंवा लाडू किंवा मुख्य	• जागतिक आहारतज्ज्ञ आता त्यांचा उल्लेख प्रोटिन्स आणि भाज्या असा करतात. कारण

खाद्यपदार्थ	कसे खावेत	खास टिपण्णी
	जेवणात दोघांचाही सजावटीसाठीही वापर करता येतो. • तीळ आणि शेंगदाण्याची सुकी चटणीही केली जाते. • पूर्वी ओल्या अथवा सुक्या दुष्काळासारख्या कठीण परिस्थितीला तोंड देता यावे ह्यासाठी साठवणीच्या पदार्थांची बेगमी केली जात असे.	ती ॲमिनो ॲसिड्स, क्षार, जीवनसत्त्वे आणि तंतुमय पदार्थांचा उत्कृष्ट स्रोत आहेत. • आणि म्हणूनच मुले कडधान्ये आणि डाळी ह्यांचे सेवन करत असल्यास त्यांना भाज्या 'खाल्ल्याच पाहिजेत' अशी जबरदस्ती करू नये. • तुमच्या आहारात किमान बारा जातींच्या कडधान्यांचा समावेश करा. • ब्रॅन्डेड पॅकेट न घेता स्थानिक वाण्याकडूनच खरेदी करा. • शिजवताना सोड्याचा उपयोग पूर्णत: टाळावा. रात्रभर भिजवून दुसऱ्या दिवशी पारंपरिक पाककृती बनवून व योग्य जोड देऊन सेवन करावी.
ताजी फळे	• केळ्यासारखे एखादे फळ सकाळी उठल्यावर, शाळेत	• ताजी, स्थानिक व हंगामी फळे

खाद्यपदार्थ	कसे खावेत	खास टिपण्णी
	जाण्यापूर्वी, शाळेतून परत घरी आल्यावर, खेळायला जाण्यापूर्वी आणि खेळताना मध्येही... अगदी कधीही खावे. • आंबा, केळे, फणसाचे गरे मुख्य अन्नाबरोबर (जेवणाबरोबर) किंवा रात्री उशीरापर्यंत अभ्यास करतानाही खाणे हितकारक. • मधल्या खाण्याच्या वेळेस पूर्ण फळ किंवा त्याचा मिल्कशेक बनवून घेतला तरीही योग्यच.	निवडा/विकत घ्या. • जे फळ एतद्देशीय नाही, परदेशातून दुसऱ्या खंडातून आणून तुम्हाला विकले जाते. (उदा. किवी) ते खाण्याचे शक्यतोवर टाळा. • फळांचा रस काढून घेण्याऐवजी दात असेपर्यंत अख्खे फळ चावून चावून खाणे कधीही इष्ट समजावे.
ताज्या शिजवलेल्या भाज्या	• कालौघात (काळाच्या ओघात) काहीशा मागे पडलेल्या पण स्वदेशी-स्थानिक, पोषकतत्त्वे भरपूर असलेल्या अशा शिराळी, लाल भोपळा, दुधी भोपळा, सुरण इत्यादी भाज्यांचा आहारात जरूर समावेश करा.	• ब्रोकोली, विविध रंगांच्या भोपळी मिरच्या, शतावरी इत्यादी परदेशी भाज्यांचा (जरी आता त्या आपल्या देशातही पिकवतात हे खरे असले तरीही) आहारात उपयोग करू नये. (ह्याचे कारण म्हणजे कित्येक टन

खाद्यपदार्थ	कसे खावेत	खास टिपणी
	• सुरण, रताळी अशी कंदमुळे मधले खाणे म्हणूनही घेता येतील. खेळापूर्वी आहार म्हणून उत्कृष्टच. • अगदी स्थानिक आणि ज्यांची मुद्दाम लागवड करावी लागत नाही अशा रानभाज्या वर्षभरात निदान दोन/ तीन वेळा तरी खाल्ल्या गेल्या पाहिजेत, हा नियम कटाक्षाने पाळा. • प्रत्येक हंगामात किंवा सणाला विशिष्ट असे पारंपरिक पदार्थ बनवून आपल्या संस्कृतीचे जतन करा. उदा. उंधियु, सरसोका साग हे हिवाळ्यात किंवा ऋषीची भाजी ऋषिपंचमीला नदू याकिनी इत्यादी.	खतांचा मारा करून त्यांचे उत्पादन घेतले जाते आणि कमी परिचित पण आपल्या स्थानिक भाज्या, फळे मात्र अनवधानाने मागे पडतात/ नष्ट होतात.) • पाच वर्षे पूर्ण झाल्यावर स्वयंपाकघरात शिजलेली प्रत्येक भाजी एक चमचा तरी चव घेत खायला शिका. अनावश्यक, लांबलचक व्याख्यान देण्यापेक्षा ही अत्यंत योग्य आणि सौम्य पण परिणामकारक पद्धत आहे. • कच्चे आणि सॅलॅड्स आपल्या पारंपरिक अन्नात आढळत नाही. अपवाद फक्त कोशिंबिरी, रायते यांचा; परंतु आहार नव्हते. फक्त थोडेसे तोंडी लावणे म्हणून घेतले जायचे. • भाज्या आणि फळांचे

खाद्यपदार्थ	कसे खावेत	खास टिपण्णी
		रस अथवा सूप करणे म्हणजे त्यांच्यातील पोषक तत्त्वे गमावणेच आहे. • आठवड्याच्या अखेरच्या सुट्टीच्या दिवशी प्रवास करत असाल तर, हायवेच्या कडेला मिळणाऱ्या भाज्या जरूर खरेदी करा आणि आहारात विविधता आणा.
साजूक तूप	• मुख्य आहारावर म्हणजे पोळी, भात, पराठा, इडली, डोसा, चिला किंवा खिचडीवर साजूक तुपाची धार सढळ हस्ते घ्यावी. • मधले खाणे : तुपातले घरगुती लाडू, शिरा, बर्फी, हलवा, तुपातच भाजलेले मखाणा इत्यादी किंवा गूळ आणि तुपाबरोबर पोळी.	• पारंपरिक पद्धतीनुसार अन्नपदार्थ शक्य असल्यास साजूक तुपातच बनवावेत आणि त्यांचे सेवन करताना देखील वरून तूप घालताना जराही संकोच करू नये. • घरीच कढवलेले देशी गाईचे साजूक तूप हे सर्वोत्तम आहे, पण शक्य नसेल तर देशी म्हशीच्या दूधापासून घरीच तूप करा.

खाद्यपदार्थ	कसे खावेत	खास टिपण्णी
		• जर घरी लोणी, तूप करणे अगदी अशक्यच असेल, तर स्थानिक सहकारी तत्त्वावर चालवली जाणारी डेअरी शोधून काढा. अलीकडच्या इंटरनेटच्या काळात अशा लहान डेअऱ्या, गोशाळा "ऑनलाईन" तूप पुरवठा करतानाही आढळतात.
तेले	• मुख्य अन्नाला दिल्या जाणाऱ्या फोडणीसाठी आणि भाज्या परतण्यासाठी वापरा. • मधले खाणे : बटाटा, कच्ची केळी, कच्चे फणसाचे गरे, रताळी इत्यादींचे काप तळण्यासाठी वापरा. • केस व तळपायांना मालिश करण्यासाठी वापर • लहान बालके आणि किशोरवयीन मुले ह्यांच्या संपूर्ण शरीराला तीळ	• तुम्ही देशाच्या ज्या विभागात असाल त्या परिसरातलेच तेल वापरा. - शेंगदाणा तेल हे मध्य आणि पश्चिम भारतात वापरले जाते. - मोहरीचे तेल/तिळाचे तेल उत्तर आणि ईशान्य भारतात वापरले जाते. - खोबरेल तेलाचा वापर केरळमध्ये केला जातो. - काही जनसमुदाय वर

खाद्यपदार्थ	कसे खावेत	खास टिपण्णी
	तेल किंवा खोबरेल तेलाने मालिश करावे.	उल्लेख केलेल्या प्रमुख तेलबिया न वापरता वेगळी तेलेदेखील वापरतात. उदाहरणार्थ- अंबाडी आणि निंबोळी अशी स्थानिक विशिष्ट बोरासारख्या फळापासून हिमालयाच्या काही भागांत तेल काढून वापरतात. आपल्याला हा वारसा देखील नेहमी जपावा लागेल. घाण्यावर काढलेले, कोल्ड प्रेस्ड् म्हणून मिळते ते किंवा गाळलेले तेल वापरा. लाकडी घाण्यावरचे चांगलेच. फक्त रिफाइन्ड/गुणवत्ता वाढवलेले (Fortified) म्हणून जे तेल मिळते ते वापरू नका.
नारळ	• मुख्य जेवणात भाजी किंवा वरणात घालू शकता. तसेच सजावटीसाठी भाजीवर पेरताही येते. नारळाची	• तुम्ही खेळाडू असाल तर नारळ तुमच्यासाठी उत्कृष्ट आहे. कारण मन शांत ठेवणे आणि शारीरिक

खाद्यपदार्थ	कसे खावेत	खास टिपण्णी
	चटणीसुद्धा करू शकता. • मधल्या खाण्याच्या वेळेस मलईसकट किंवा नुसतेच शहाळ्याचे पाणी अथवा सुके खोबरे आणि गूळ घेता येते.	सहनशक्ती वाढवणे हे दोन्ही नारळामुळे शक्य आहे. • नारळामुळे ताणतणाव दूर होत असल्याने परीक्षांच्या काळात सेवन किफायतशीर.
अंडी (खात असल्यास)	• अंडी रोज किंवा तुमच्या सवयीनुसार खावीत. • मुख्य जेवणात भात अथवा चपातीबरोबर खाऊ शकता. • मधल्या खाण्याच्या वेळी नुसतेच अंडे किंवा पोळीबरोबरही घेता येते.	• स्थानिक विक्रेत्या-कडूनच अंडी खरेदी करा. • 'कोलेस्ट्रॉल वाढते' ह्या कालबाह्य भीतीमुळे पिवळा बलक न खाण्याची चूक तर करूच नका.
मांस व मासे (खात असल्यास)	• मांसाहार आठवड्यातून तीन ते चार वेळा किंवा तुमच्या सवयीनुसार घ्यावा. • मुख्य जेवणात पोळी अथवा भाताबरोबर घ्यावा. • न शिजवता किंवा फक्त भाजीबरोबर मासे, मटण खाऊ नये.	• शीतगृहातून पॅक्ड मासे, मटण मिळते ते न घेता स्थानिक मासेबाजार (कोळी) किंवा खाटिकाकडे मिळणारे मटण घ्या. • मुलांच्या वाढीत बाधा आणणारी वेगवेगळी रसायने,

खाद्यपदार्थ	कसे खावेत	खास टिपण्णी
	कारण पचनाला कठीण होऊ शकते.	प्रतिजैविके आणि स्टरॉईड्सचा मारा करून बनवलेली पॅकेट्स मधली मांस-मासे खाऊ नयेत.
दूध	• मुख्य जेवणात शिकरण-पोळीचा समावेश • मधल्या खाण्याच्या वेळेस साखर घालून किंवा न घालता/हळद घालून/सुकामेवा घालून/उन्हाळ्यात गुलकंद घालून/थंडीच्या दिवसात च्यवनप्रकाश घालून दूध पीता येते • ईद, दिवाळी इत्यादी सणासुदीला घरी केलेल्या पारंपरिक शीरकुर्मा, खीर, बासुंदी अशा गोड पदार्थांचे सेवन करा.	• देशी गाय अथवा देशी म्हशीचे स्थानिक डेअरीतले दूध घ्यावे. • जर्सी किंवा होल्स्टीन गायीचे दूध किंवा टेट्रापॅक दूध घेणे टाळा. • दूधाचा स्वादच नष्ट करून दूध पीत असाल तर दूध पिऊच नका.
दही आणि ताक	• दही/ताक मुख्य जेवणातील अभिन्न-अत्यावश्यक पदार्थ. कारण त्याच्या	• घरी लावलेले/विरजलेले ताज्या दूधाचे दही घ्या किंवा त्याचे ताक करा.

खाद्यपदार्थ	कसे खावेत	खास टिपण्णी
	सेवनामुळे तृप्ती तर होतेच, पण पाचकरसही निर्माण होतात. • दह्यातले पाणी काढून चक्का तयार करून त्याचे श्रीखंडही करता येते. • आंबट ताकाची कढी बनवता येते. • दोन जेवणाच्या मधल्या भुकेसाठी दही किंवा ताक वापरा.	सर्वोत्तम प्रोबायॉटिक हेच आहे. • दिवसातून एकदा तरी दह्याचे विरजण लावा. • ताक करायला इलेक्ट्रॉनिक रवी न वापरता लाकडी रवी वापरा. • बाजारात गिळणारे टेट्रापॅक दही/ताक घेऊ नका.
लोणी	• मुख्य जेवणात पोळी/ भाकरी/थालिपीठ/ पराठा/कडक पावाला लावून खाता येते. • शक्यतोवर रोजच नाहीतर निदान आठवड्यात एकदा तरी सेवन (समावेश) करा.	• लक्षात घ्या की, हे बाजारात मिळणारे खारवलेले 'बटर' नाही, तर घरी केलेले ताजे लोणी असावे.
पनीर	• मुख्य जेवणात भाजी किंवा पनीरबुर्झी पोळी किंवा भाताबरोबर घ्यावी. • मधले खाणे म्हणून तव्यावर परतून त्यावर	• घरी बनवलेले ताजे पनीर किंवा स्थानिक डेअरीतून आणलेले पनीर घ्यावे. • सुपर मार्केटमध्ये मिळणारे, गोठवलेले

खाद्यपदार्थ	कसे खावेत	खास टिपण्णी
	काळे मीठ आणि मिरी पावडर शिंपडून/ पनीर साखर खाता येईल.	पनीर खरेदी करू नका.
घरगुती लोणचे	• मुख्य जेवणात अगदी थोडे ताटात घ्यावे. त्यामुळे जेवणाची लज्जत तर वाढतेच, शिवाय लोणच्यामुळे पचनशक्ती सुधारते, रोगप्रतिकारशक्ती वाढते आणि शरीराला पोषकतत्त्वे पुरवली जातात. • मठरी/खाकरा/पुरी ह्याबरोबर घरचे लोणचे हे झकास मधल्या वेळेचे खाणे होते.	• तुमच्या पारंपरिक खाद्यसंस्कृतीनुसार योग्य प्रमाणात मीठ, तेल किंवा मुरांब्यात/ छुंद्यात साखर घालून लोणचे/छुंदा/मुरांबा घरीच तयार करा आणि आवश्यक तेल, मीठ घालताना जराही कचरू नका. अहो ते तर अत्यावश्यकच आहे. • लोणचे/छुंदा काचेच्या किंवा चिनीमातीच्या बरणीत भरून ठेवावे. प्लॅस्टिक बरणीत बिलकूल ठेवू नये. • मुलगे आणि मुली दोघांनाही लोणचे/ छुंदा करताना हातभार लावायला सांगून तुमच्याबरोबर घ्या. • घरी करणे शक्यच नसेल, तर छोट्या

खाद्यपदार्थ	कसे खावेत	खास टिपण्णी
		सहकारी संस्थेकडून, जिथे ताजे विकले जाते तिथून खरेदी करा. ब्रॅन्डेड बाटलीतले सुपरमार्केटमधले नको. • लोणचे/छुंद्याच्या बाबतीत कमी उष्मांक, कमी मीठ, साखररहित असली नाटके नकोत.
पापड	• मुख्य जेवणात समावेश • बहुतेक सर्व प्रकारचे पापड तळून खातात. काही भाजूनही चांगले लागतात. आपल्या घरी चालत आलेल्या पूर्वापार पद्धतीने खावेत.	• सुट्ट्यांच्या दिवसांत कुटुंबातील सर्वांनी एकत्र जमून, एकमेकांच्या सहवासाचा आनंद लुटत पापड करणे ह्यात एक वेगळीच मजा असते. • काही स्त्रिया एकत्र येऊन सहकारी तत्त्वावर लघुउद्योग म्हणून पापड करत असतील, तर त्यांच्याकडून खरेदी करावेत. • डाळी, भाज्या, धान्ये अगदी सगळ्यांपासून भारतात पापड बनवले जातात. तुमच्या कुटुंबातील

खाद्यपदार्थ	कसे खावेत	खास टिपण्णी
		पारंपरिक कौशल्य आत्मसात करा.
साखर	• WHO ह्या संस्थेने एका दिवसाला सहा ते नऊ चमच्यांच्या वर साखर न घेण्याविषयी सूचना दिली आहे. तुम्ही पारंपरिक पद्धतीचा आहार घेतला, तर नक्कीच दोन ते तीन चमचेच साखर प्रतिदिनी घेतली जाईल. • जेवणात डाळ, भाज्या आणि इतर पाककृतींतून चिमूटभर साखर घेतली जाईल. • मधल्या खाण्याच्या वेळेस सरबत, लाडू, हलवा, शिरा, उसाचा रस, दूध, लस्सी ह्यापैकी काही घ्यावे.	• उसापासून बनवलेली साखर असावी. आजकाल काही ठिकाणी पारंपरिक पद्धतीने साखर तयार करतात. त्यांच्याकडून खरेदी करून त्यांना प्रोत्साहन द्यावे. • काही विशिष्ट पाककृतींत तुमच्या संस्कृतीनुसार ताड, खजूर, नारळ इत्यादींपासून बनवलेली साखर वापरत असतील, तर जरूर तशी वापरा. • साखरेला पर्याय म्हणून जे उपलब्ध आहेत ते मात्र अजिबात वापरू नका. • स्प्रेड्स, ड्रेसिंग्ज् किंवा रस, कोला, चॉकलेट्स इत्यादी अति प्रक्रिया करण्यात आलेले

खाद्यपदार्थ	कसे खावेत	खास टिपण्णी
		खाद्यपदार्थ घेणे आवर्जून टाळा.
गूळ	• मधले खाणे : गूळ-तूप पोळी किंवा लाडू चिक्की आणि वेगवेगळे पाक (उदा. अडदियापाक) घेऊ शकता • मुख्य जेवणाबरोबरही एखादा गुळाचा खडा घेऊ शकता.	• उन्हाळ्याच्या दिवसांत गूळपाणी घेणे चांगले. • थंडीच्या दिवसांत खास गूळ घालून केलेल्या पदार्थांचे सेवन करावे.
काकवी	• मधल्या खाण्याच्या वेळेस पोळी किंवा इडलीला तोंडी लावणे म्हणून घेऊ शकता.	• अशक्तपणा आणि मुतखड्याच्या त्रासावर उपायकारक.
बिया, पाने, डाळी इत्यादींपासून तयार केलेल्या चटण्या	• मुख्य जेवणात लोणची, पापडाप्रमाणेच डाळ-भात, भाजी-पोळी किंवा खिचडीबरोबर घ्याव्या. • मधल्या खाण्याच्या वेळेस पोळी/भाकरी/थालिपीठ/पराठा/डोसा/इडली/चिला किंवा पुडला/उपमा/ढोकळा कोणत्याही पदार्थाबरोबर.	• पारंपरिक पद्धतीने घरी बनवलेली शेंगदाणा/तीळ/पुदिना/नारळ/टोमॅटो/लसूण/कोकम/चिंच इत्यादी कोणत्याही स्थानिक, खास वैशिष्ट्यपूर्ण असलेल्या पदार्थांपासून बनवलेली चटणी.

खाद्यपदार्थ	कसे खावेत	खास टिपण्णी
बिया	• मधल्या खाण्याच्या वेळी. गूळ, तूप आणि खोबऱ्याच्या लाडवात घातलेल्या बिया हे मधल्या सुट्टीच्या खाण्याच्या डब्यात उत्तम. उदा. अळीव. • दूधात भिजवूनही दिवसभरात कधीही घेता येतील. (सब्जा) • अळशीची चटणी करून पोळीबरोबर खाता येईल. • मुखवास म्हणूनही सेवन करू शकता.	• पूर्वापार अशा अनेक बिया आहेत ज्या चटण्या, भाज्या, मिठाया बनवताना त्यात वापरल्या जातात आणि पुढेही आपण त्यांचा आहारात उपयोग करणे अत्यावश्यक आहे. उदा. खिरीमध्ये चारोळी.
कठीण कवचात असलेली फळे (नट्स)	• मधले खाणे : मूठभर काजू, बदाम, अक्रोड, पिस्ते, मखाणा इत्यादी सुकेच किंवा सुकामेवा घालून केलेले लाडू, हलवा. • रात्री झोपताना दूधाबरोबर भिजवलेले काजू घेतल्यास सकाळी अगदी ताजेतवाने होऊन जाग येते.	• स्थानिक सुक्यामेव्याची निवड करा. उदा. आपल्या देशातील ममरा बदाम.

खाद्यपदार्थ	कसे खावेत	खास टिपण्णी
सुकी फळे	• मधले खाणे : मूठभर सुकी फळे नुसतीच किंवा थोड्या नट्स बरोबर. उदा. काजू आणि मनुका.	• सकाळी उठल्यावर सर्वप्रथम खाऊ शकता. खेळायला जाण्याआधी किंवा खेळानंतर खाऊ शकता. लांबच्या प्रवासातही खाता येतात.
घरगुती लाडू, बर्फी किंवा चिक्की	• मधले खाणे : सकाळची न्याहारी किंवा दुपारचा नाश्ता म्हणून दुधाबरोबर खावे.	• मौसमी घटकांपासून आणि पारंपरिक पाककृतीनुसार घरीच बनवलेले असावेत. • घरी लाडू इत्यादी बनवताना लहान मुलांना देखील बरोबर मदतीला घ्या व त्यांचाही त्यात सहभाग असावा. • पॅकेट्समधले पदार्थ ज्यात लिक्विड ग्लुकोज, ब्राऊन शुगर, स्वीटनर किंवा HFCS हाय कॉर्न फ्रुक्टोज सिरप असेल ते अजिबात टाळावेत.
चकली, चिवडा, सुहाली इत्यादी खाद्यपदार्थ	• दोन जेवणांमधील खाणे म्हणून दिवसभरात कधीही.	• स्वादिष्ट, आरोग्यकारक आणि लवकर खराब न होणारे त्याचबरोबर कुठेही नेताना

खाद्यपदार्थ	कसे खावेत	खास टिपण्णी
		सुटसुटीत असे हे खाद्यपदार्थ छोट्या भुकेसाठी उत्तम पर्याय.
सरबत	• रोजच सरबत प्राशन करू शकता. विशेषत: उन्हाळ्याच्या दिवसांत. • सरबतामुळे शरीरातील इलेक्ट्रोलाईटचे योग्य प्रमाण राखले जाते व पाण्याची योग्य पातळी सतत राहाते. • दोन जेवणांच्या मधल्या वेळेस आणि खेळाच्या वेळेस सरबत घेणे चांगले.	• सरबतामध्ये अनेक पर्याय उपलब्ध आहेत. उदा. बेल, कोकम, लिंबू, खस, बडीशेप, कैरीचे पन्हे किंवा इतर स्थानिक घटकांपासून बनवले गेलेले.
मिल्क शेक्स	• फळे व दूध एकत्र करून बनवले जाते. • दोन जेवणांमध्ये संध्याकाळी चार ते सहामध्ये घ्यावे.	• घरीच दूध व कोणतेही एकच फळ घेऊन बनवावे. एकाच वेळी दूधात वेगवेगळी फळे घालून बनवू नये. • मिल्कशेकमध्ये आईस्क्रिम, चॉकलेट्स अथवा कोणतेही

खाद्यपदार्थ	कसे खावेत	खास टिपण्णी
		सिरप घालू नये. ● ताजे दूधच घ्यावे. टेट्रापॅकमध्ये मिळणारे दूध वापरू नये.
प्रोटिन पावडर	● व्यायामानंतर लगेचच अर्धा स्कूप (मोठा पळा) पावडर पाण्यात मिसळून घ्यावी.	● फक्त बारा वर्षांवरील ॲथलिट्सनेच घ्यावी. ● Whcy - व्हे. प्रोटिन्स म्हणून मिळणारी प्रोटिन पावडर घ्यावी. कारण त्याच्या एका स्कूपमध्ये साखरेचे प्रमाण अत्यल्प असून, सर्वाधिक प्रोटिन्स असतात. (साधारणत: २५ ग्रॅम प्रोटिन्स आणि एक ग्रॅमपेक्षाही कमी साखर एका स्कूपमध्ये असते.)
गुलकंद	● सकाळी उठल्यावर सर्वप्रथम गुलकंद खाऊ शकता. ● जेवणानंतर खाल्ल्यासही चालेल. ● दिवसभरात कधीही दूधात घालून किंवा रात्री झोपताना खावा.	● कुठच्याही ऋतूत घेतला तरी चालते, पण त्यातही उन्हाळ्यात घेणे अधिक चांगले. ● घरी केलेला गुलकंद खावा. शक्य नसल्यास छोट्या सहकारी सोसायटी मधूनच खरेदी करावा.

खाद्यपदार्थ	कसे खावेत	खास टिपण्णी
च्यवनप्राश	• सकाळी उठल्यावर प्रथम किंवा रात्री झोपताना च्यवनप्राश एक चमचा दूधाबरोबर घ्यावे. • विशेषत: थंडीच्या दिवसांत रोज घ्यावे.	• आजी घरी बनवत असेल तर मावस, मामे चुलत, आते भावंडांबरोबर आणि मित्रमंडळींबरोबर तिला नक्की मदत करा. • घाऊक प्रमाणात बनवलेले बाजारात मिळणारे च्यवनप्राश खाणे टाळा. त्यापेक्षा जर कोणी ताजे घरी करून विकत असेल, तर ते किंवा छोट्या प्रमाणात करून विकणाऱ्या विक्रेत्यांकडून घ्या.
घरगुती/घरी केलेले सामोसे, कचोरी, भजी इत्यादी.	• आठवड्यात एकदाच अथवा दिवाळी, दसरा, ईद, रमझान अशा सणासुदींच्या दिवशी. • हिवाळ्यात रोज खाल्ले तरी हरकत नाही.	• एअर फ्राईड, बेक्ड असले पदार्थ न घेता व्यवस्थित तेलात तळलेलेच सामोसे/कचोरी/भजी खावीत. • कृपया परंपरेनुसार शेंगदाणा किंवा मोहरीचे तेलच तळण्यासाठी वापरावे.

खाद्यपदार्थ	कसे खावेत	खास टिपण्णी
मुरांबा/घरगुती जॅम	• मधले खाणे : पोळी किंवा ब्रेडला लावून.	• मोसमी फळे, बोरासारखी बिया असलेली छोटी फळे ह्यापासून विविध पोषक घटक मिसळून बनवलेला घरगुती मुरांबा/जाम. कधीही प्रोसेस्ड् पॅकबंद मिळणाऱ्या मुरांबा/जामपेक्षा चांगला.
मध	• सर्दी, खोकला, घसा खवखवणे इत्यादींवर गुणकारी औषध.	• मॉलमध्ये मिळणाऱ्या पॅकबंद मधापेक्षा ताजा पोळ्यातून काढलेला मध कुठे मिळाल्यास शोधून घ्या. • आदिवासींकडून किंवा छोट्या व सरकारी सहकारी सोसायटीमध्ये विकला जाणारा मध खरेदी करा.

गट २ : अन्नपदार्थ जे तुम्ही महिन्याभरात एखाद्या वेळेसच घेतले/खाल्ले तर चालतील.

किती आश्चर्यकारक आहे नाही का! ही यादी आधीच्या (गट क्र. १) यादीपेक्षा खूपच लहान आहे. ह्या यादीवरून नक्कीच सिद्ध होईल की, आपल्या स्वयंपाकघरात बनणारे नाना चवींचे, विविध पदार्थ हे बाजारातल्या प्रोसेस्ड/पॅकबंद अन्नपदार्थ (खाद्यपदार्थ) आणि पेये, ह्यांच्यापेक्षा चव, पोषकतत्त्वे आणि तृप्ती ह्या तीन निकषांवर निर्विवादपणे उजवी आहेत.

ह्या व्यतिरिक्त ते स्थानिक अर्थकारण आणि पर्यावरण दोन्हीसाठी हानिकारक आहेत, हा मुद्दाही महत्त्वाचा आहेच. त्यामुळे अगदी नाईलाज असेल तरच आणि त्यातही एक किंवा दोन पदार्थांचेच महिन्याभरात एकदाच सेवन करा.

खाद्यपदार्थ	कसे खावेत	खास टिपण्णी
बिस्किटे, पाव आणि सिरियल्स	• मधल्या खाण्याच्या वेळेस घ्यावेत; परंतु मुख्य जेवणाच्या वेळेस घेऊ नयेत.	• पॅक्ड् प्रोसेस्ड न घेता स्थानिक बेकरीमधून ताजे विकत घ्या.
चॉकलेट्स ब्राऊनी, आईस्क्रिम आणि कपकेक्स	• मधले खाणे : संध्याकाळी चार ते सहामध्ये खावेत. • जेवणानंतर खाऊ नये.	• ह्या पदार्थांचे सेवन शरीराच्या वाढीवर परिणाम करते. शिवाय त्यामुळे निर्जलीकरण (dehydration) होते. त्यात कृत्रिम रंग व स्वाद घातले जातात. • घरीच तयार करत असाल तरीही कमी प्रमाणात करा. वारंवार

खाद्यपदार्थ	कसे खावेत	खास टिपण्णी
		करूच नका. • चॉकलेट्सच्या उद्योगात बालमजूर काम करतात, हा एक आणि चॉकलेटसाठी लागणाऱ्या कोकोची लागवड नैतिकदृष्ट्या योग्य प्रकारे केली आहे अथवा नाही, हे जाणून घेण्यासाठी काहीच मार्ग उपलब्ध नाही, हा दुसरा मुद्दा विचारात घेण्याजोगा (महत्त्वाचा) आहेच.
चायनीज, कोरियन, इटालियन, मेक्सिकन थाई अशा जागतिक पाककृती	• जर का तुम्ही त्या विशिष्ट देशात प्रवास करत असाल, तर रोजच त्या पद्धतीचे अन्न सेवन करू शकता.	• स्थानिक भोजन विशेषज्ञ सुचवेल त्याच रेस्टॉरंटमधून ताजे पदार्थ घ्या. अर्ध्या तासात खासियत असलेल्या फास्टफूड जॉईंटमधले पदार्थ अजिबात घेऊ नका. • शक्यतोवर ज्या भागात तुम्ही असाल तिथल्याच आणि त्या एकाच प्रकारचे भोजन एकावेळी घ्या.

खाद्यपदार्थ	कसे खावेत	खास टिपण्णी
चाट	• पाणीपुरी, शेवपुरी, दहीपुरी, दहीवडा, रगडा पॅटिस, पावभाजी इत्यादी लोकप्रिय पदार्थ. • योग्य नियोजन करून दोन जेवणांमधले खाणे म्हणून खाऊ शकता; परंतु जेवणाच्या वेळेस जेवणाऐवजी मात्र ह्याचे सेवन टाळा.	• एकावेळी एकाच प्रकारचे चाट खावे. • तुम्हाला सर्वांत जास्त आवडणाऱ्या चाटची निवड करा.
तयार खाद्यपदार्थ (जे झटपट तळून/शिजवून पाच मिनिटांत वाढले जातात.) उदा. इन्स्टंट न्यूडल्स, पास्ता, फ्राईज इत्यादी.	• जेवण म्हणून नाही, पण दोन जेवणांमधील खाणे म्हणून खाऊ शकता.	• कितीही सांगितले गेले की, ह्यात व्हिटामिन्स आहेत तरीही त्यात पोषकतत्त्वे शून्य असतात. शिवाय त्यांच्या सेवनाने मुलांची वाढ मंदावते, हे लक्षात ठेवा. • आरोग्यवर्धक म्हणून जाहिरात झालेले ओट्स/व्हेजीज इत्यादी पदार्थ महागडे तर असतातच, पण ते आरोग्यासाठी कधीही चांगले नसतात. ह्या प्रकारचे सगळेच पदार्थ सारखेच हानिकारक असतात.

खाद्यपदार्थ	कसे खावेत	खास टिपण्णी
		• टिफिनमध्ये भरून देणे किंवा वाढदिवसाच्या पार्टीला हे पदार्थ देणे नक्कीच टाळले जावे.
केचअप, सॉस, स्प्रेड्स आणि सॅलॅड ड्रेसिंग	• सॅन्डविचसाठी ह्यापेक्षा विविध चटण्या वापराव्यात.	• कृत्रिम रंग, स्वाद, आणि गोडवा असल्यामुळे पोषणमूल्ये अत्यंत कमीच!
पॅक्ड चीज	• मधल्या खाण्याच्या वेळेस नुसते चीज - क्युब किंवा स्लाईस ह्या स्वरूपात किंवा पाव, पोळी-चटणीबरोबर.	• प्रवासात न्यायला अगदी सुटसुटीत.
पॅक्ड बटर	• पावाबरोबर ब्रेड स्लाईसवर	• पिवळ्या रंगाचे, खारवलेले, न खारवलेले किंवा इतर कुठच्याही स्वादाचे व कुठच्याही ब्रॅन्डचे.
शेंगदाणा आणि इतर नट बटर	• मधले खाणे : पाव, ब्रेड किंवा क्रॅकर (बिस्किटासारखा कुरकुरीत खाद्यपदार्थ) किंवा सॅन्डविचबरोबर खावे.	• रिफाईंड वनस्पती तेल व हलक्या प्रतीचे मीठ आणि साखर घालून बनविले जाते.

खाद्यपदार्थ	कसे खावेत	खास टिपण्णी
पामतेल किंवा वनस्पतींपासून बनविलेले खाद्यतेल	• बहुतेकदा (खूप वेळेस) बिस्किटे, पॅक्ड पॉपकॉर्न, चिप्स, स्प्रेड्स, पिझ्झा, ह्यात वापरले जाते.	• पामतेल स्वस्त असते. कारण भारतासहित बऱ्याच देशांनी त्यावर अनुदान दिले आहे. • पामची लागवड ही पर्यावरणाच्या दृष्टीने पाहिल्यास विश्वसनीय नाही.
स्वीटनर्स/ साखरेला पर्यायी	• सिरियल्स, बिस्किटे इत्यादी प्रक्रिया करून पॅकिंग केलेल्या पदार्थात/उत्पादनात वापरले जाते. • तयार ज्यूस, कोला, चॉकलेट्स, केक ह्यातही वापरतात.	• शर्करारहित उत्पादनामध्ये साखरेला पर्याय म्हणून स्वीटनर्स वापरले जातात. ते आरोग्यवर्धक तर नाहीतच; परंतु घातकच! कारण त्यांच्यामुळे हाडे ठिसूळ होतात, मेंदू सुस्तावतो आणि त्याचे कार्य मंदावते. • ही अशी सामग्री (माल) आहे जी तुम्ही घरगुती लाडू आणि हलवे ह्यांना पर्याय म्हणून खाणे नक्कीच टाळले पाहिजे.
पॉपकॉर्न	• भाजलेले किंवा उकडलेले मक्याचे कणीस किंवा	• सिनेमागृहात वगैरे अशाप्रकारे जाहिरात

खाद्यपदार्थ	कसे खावेत	खास टिपण्णी
	दाणे पॉपकॉर्नऐवजी खावेत	केली जाते की, पॉपकॉर्न खाणे अत्यावश्यकच, पण खरं तर पोषणमूल्याच्या निकषावर पाहिले, तपासले असता पॅक्ड पॉपकॉर्न निकृष्ट दर्जाचेच असतात.
चिप्स आणि वेफर्स	• दोन जेवणांमध्ये किंवा नाश्ता.	• स्थानिक छोट्या दुकानात जिथे कमी प्रमाणात आणि ताजे तळून मिळतात तिथूनच खरेदी करा. • अति प्रक्रिया केलेले चिप्स तुमच्या आरोग्याला घातक तर असतातच, पण पर्यावरणाच्या दृष्टीनेही घातक असतात.
ज्यूस/स्मूदीज कोला आणि कॅफिनेटे्ड ऊर्जावर्धक पेये (एनर्जी ड्रिंक्स)	• ताजा उसाचा रस ह्याला अपवाद असून, संध्याकाळी चार वाजेपर्यंत दिवसभरात एकदा रोजच घ्यायलाही काहीच हरकत नाही.	• पॅक्ड फळांच्या रसांत ते टिकविण्यासाठी रसायने (Preservatives), कृत्रिम स्वाद आणि निकृष्ट दर्जाची साखर इ. घातले जातात. • अगदी घरी फळांपासून

खाद्यपदार्थ	कसे खावेत	खास टिपण्णी
		ताजा रस काढून तुम्ही पीत असाल तरी ते फार चांगले असे म्हणता येणार नाही, कारण भारतीयांच्या पारंपरिक ज्ञानानुसार फळे चावून खाणेच हितकारक असते. • ऊर्जावर्धक कॅफिनेटेड पेय कोला ह्यातही निकृष्ट दर्जाच्या साखरेचा मारा केलेला असतो आणि त्यांच्या बनवण्याच्या पद्धतीमुळे भूपृष्ठाखालील पाण्याचे साठेसुद्धा क्षीण होतात, हा मुद्दाही आहेच! • न टाळता येण्याजोग्या परिस्थितीत घ्यावेच लागले, तर छोटी काचेची बाटली घ्या, मोठ्या कुटुंबासाठी उपलब्ध असलेले मोठमोठे फॅमिली पॅक्स खरेदी करू नका.
चहा/कॉफी	• खास करून खेळाडूंनी ह्या दोन्हींचे	• चहामध्ये टॅनिन नावाचे आणि कॉफीत

खाद्यपदार्थ	कसे खावेत	खास टिपण्णी
	सेवन टाळावे. • अगदी भरपूर दूध घालून केलेला असेल तरी चहा, कॉफी लहान मुलांना देऊ नये.	कॅफेन नावाचे घटक असतात आणि ते दोन्ही कॅल्शियम, लोह ह्या खनिजांच्या शरीरातील शोषणात अडथळा आणतात आणि पर्यायाने शरीराच्या वाढीत आणि महत्त्वाचे म्हणजे शांत झोपेतही (कॅफेन) अडथळा निर्माण करतात. • परीक्षेच्या काळात जागरण करता यावे ह्यासाठी चहा/कॉफी घेऊ नये. त्यासाठी सुके खोबरे आणि गूळ हा उत्तम पर्याय आहे.
दूध आणि नट्सपासून बनविलेले दूध ह्यांना स्वाद यावा म्हणून उपलब्ध असलेल्या पावडर्स	• कॅल्शियम आणि प्रथिने ह्यासाठी दूध पिणे अत्यावश्यक हे साफ चूक! • एक तर दूध नुसतेच प्यावे. आवडत नसल्यास, पावडर्स आणि स्वाद घालून अजिबात घेऊ नये.	• दूध नुसतेच प्या आणि अशा स्वाद देणाऱ्या पावडर्स घालण्यापेक्षा पिऊच नका. • नट् मिल्कचा दूधाला पर्याय असा गवगवा झाल्यापासून त्याचा खप आणि मागणी

खाद्यपदार्थ	कसे खावेत	खास टिपण्णी
		वाढल्यामुळे त्याचे उत्पादन वाढवण्यासाठी वापरली जाणारी पद्धत पर्यावरणाला हानिकारक आहे, हा मुद्दाही दृष्टिआड करता येणार नाही.
बाटली बंद पाणी	• शक्य असेल तर टाळा. • स्वत:ची स्टीलची पाण्याची बाटली बरोबर ठेवणे आणि आवश्यक तेव्हा स्थानिक पिण्याच्या पाण्याने पुन्हा भरणे कधीही उत्तम! ह्यामुळे आतड्यातील उपयुक्त सूक्ष्मजंतूंची वाढ नीट होते व त्यामुळे त्या ठिकाणच्या स्थानिक अन्नाशी (तुमची पचनसंस्था) सहज जुळवून घेऊ शकता.	• पाण्याचा उगम अथवा शुद्धता ह्याबद्दल खात्री नसेल तर ते उकळून व गाळून प्यावे. • एकदाच वापरण्यायोग्य पाण्याच्या अथवा सॉफ्ट ड्रिंक्सच्या प्लॅस्टिकच्या बाटल्यांचा उपयोग / वापर टाळाच. • बाटलीबंद पाणी पर्यावरणाच्या दृष्टीने खूपच महागात पडते. कारण त्यासाठी भूपृष्ठाखालील पाण्याचा अवाजवी उपसा केला जातो.